AF188550

Impressum
Verlag: BABADADA GmbH, Nedderfeld 112 , 22529 Hamburg
Geschäftsführer / Verlagsleitung: Harald Hof
Druck: Books on Demand GmbH, In de Tarpen 42, 22848 Norderstedt

Imprint
Publisher: BABADADA GmbH, Nedderfeld 112 , 22529 Hamburg, Germany
Managing Director / Publishing direction: Harald Hof
Print: Books on Demand GmbH, In de Tarpen 42, 22848 Norderstedt

trường học
σχολείο

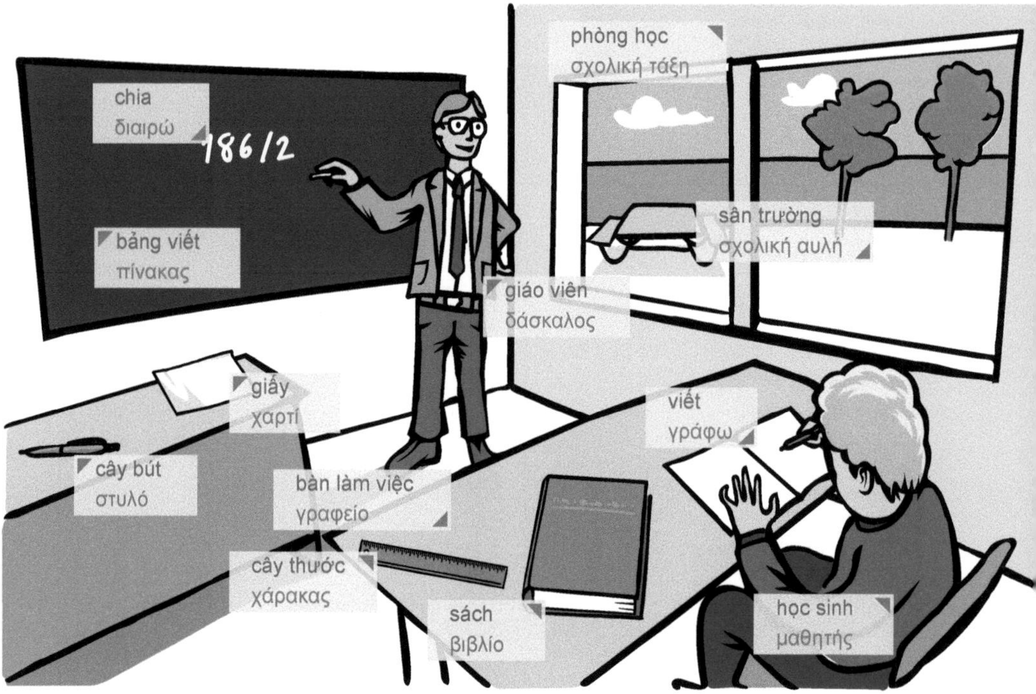

phòng học
σχολική τάξη
chia
διαιρώ
186/2
bảng viết
πίνακας
sân trường
σχολική αυλή
giáo viên
δάσκαλος
giấy
χαρτί
viết
γράφω
cây bút
στυλό
bàn làm việc
γραφείο
cây thước
χάρακας
sách
βιβλίο
học sinh
μαθητής

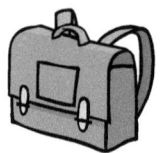

cặp đeo vai học sinh

σχολική τσάντα

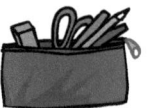

hộp đựng bút

κασετίνα/ μολυβοθήκη

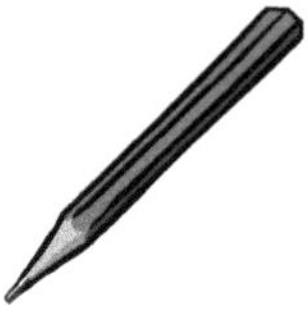

bút chì

μολύβι

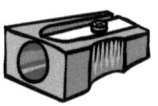

cái gọt bút chì

ξύστρα

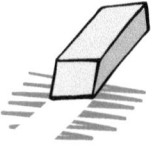

cục tẩy

γόμα

tập giấy vẽ

μπλοκ ζωγραφικής

bản vẽ

ζωγραφική

cọ vẽ

πινέλο

hộp mực vẽ

κουτί χρωμάτων

cây kéo

ψαλίδι

keo dán

κόλλα

sách bài tập

τετράδιο ασκήσεων

bài tập ở nhà

εργασία για το σπίτι

số

αριθμός

2+2

cộng

προσθέτω

5-2

trừ

αφαιρώ

2×2

nhân

πολλαπλασιάζω

tính toán

υπολογίζω

A

chữ cái

γράμμα

bảng chữ cái

αλφάβητο

từ

λέξη

văn bản

κείμενο

đọc

διαβάζω

phấn viết

κιμωλία

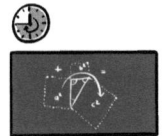

bài học

μάθημα

sổ lớp

εγγράφομαι

thi kiểm tra

τεστ

chứng chỉ

πιστοποιητικό

đồng phục học sinh

μαθητική στολή

giáo dục

εκπαίδευση

từ điển bách khoa

εγκυκλοπαίδεια

đại học

πανεπιστήμιο

kính hiển vi

μικροσκόπιο

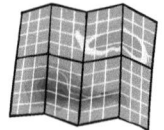

bản đồ

χάρτης

thùng rác giấy

καλάθι αχρήστων

du lịch
ταξίδι

Grand
khách sạn
ξενοδοχείο
nhà trọ
ξενώνας
ROOMS
CHANGE
quầy đổi tiền
ανταλλακτήρια συναλλάγματος
va li
βαλίτσα
xe ô tô
αυτοκίνητο

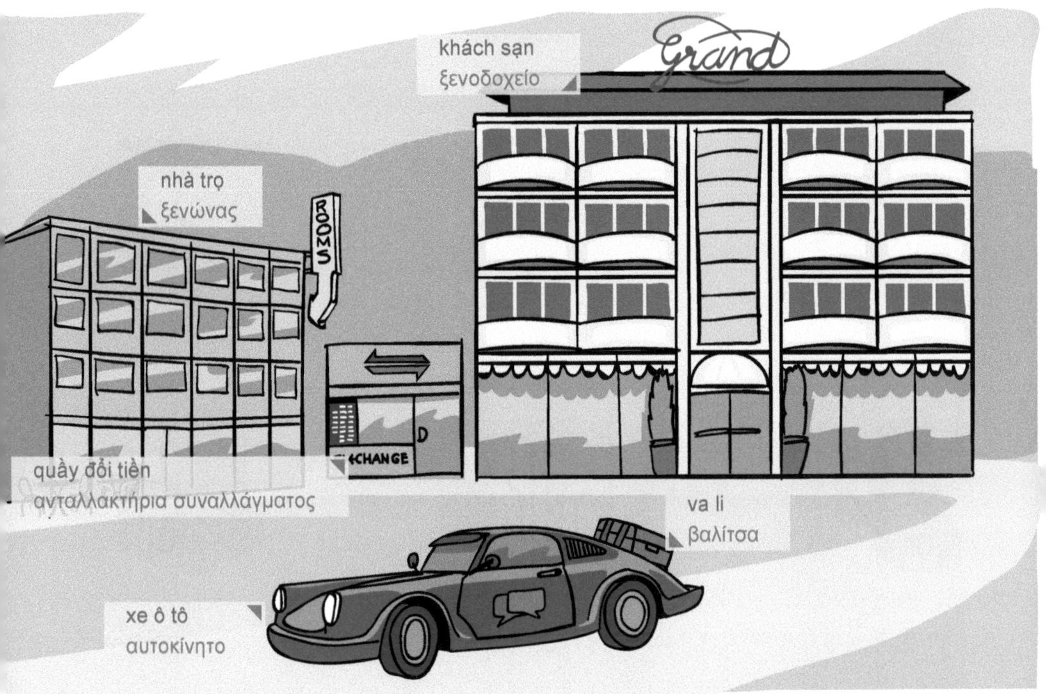

ngôn ngữ

γλώσσα

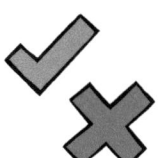

có / không

ναι / όχι

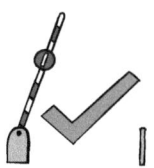

ô kê

εντάξει

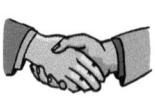

Xin chào

γεια σου

thông dịch viên

μεταφραστής

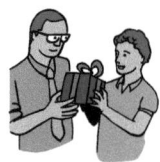

cám ơn

Ευχαριστώ

... bao nhiêu tiều?

πόσο κάνει ;

tôi không hiểu

Δε καταλαβαίνω

vấn đề

πρόβλημα

Xin chào! (buổi tối)

Καλησπέρα!

xin chào! (buổi sáng)

Καλημέρα!

chúc ngủ ngon!

Καληνύχτα!

tạm biệt

Αντίο

hướng đi

κατεύθυνση

hành lý

αποσκευές

túi xách

τσάντα

túi ba lô

σακίδιο πλάτης

khách

καλεσμένος

phòng

δωμάτιο

túi ngủ

υπνόσακος

lều

σκηνή

thông tin du lịch

τουριστικές πληροφορίες

bãi biển

παραλία

thẻ tín dụng

πιστωτική κάρτα

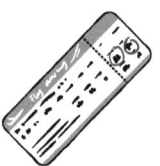

ăn sáng

πρωινό

ăn trưa

μεσημεριανό

ăn tối

δείπνο

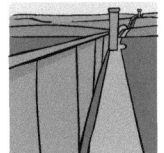

vé xe

εισιτήριο

thang máy

ανελκυστήρας

tem bưu điện

γραμματόσημο

biên giới

σύνορα

hải quan

τελωνείο

đại sứ quán

πρεσβεία

thị thực

βίζα

hộ chiếu

διαβατήριο

máy bay
αεροπλάνο

tàu thủy
πλοίο

xe cứu hỏa
πυροσβεστικό όχημα

xe buýt
λεωφορείο

xe tải
φορτηγό

ồng máy
χανοκίνητο σκάφος

xe đạp
ποδήλατο

xe ô tô
αυτοκίνητο

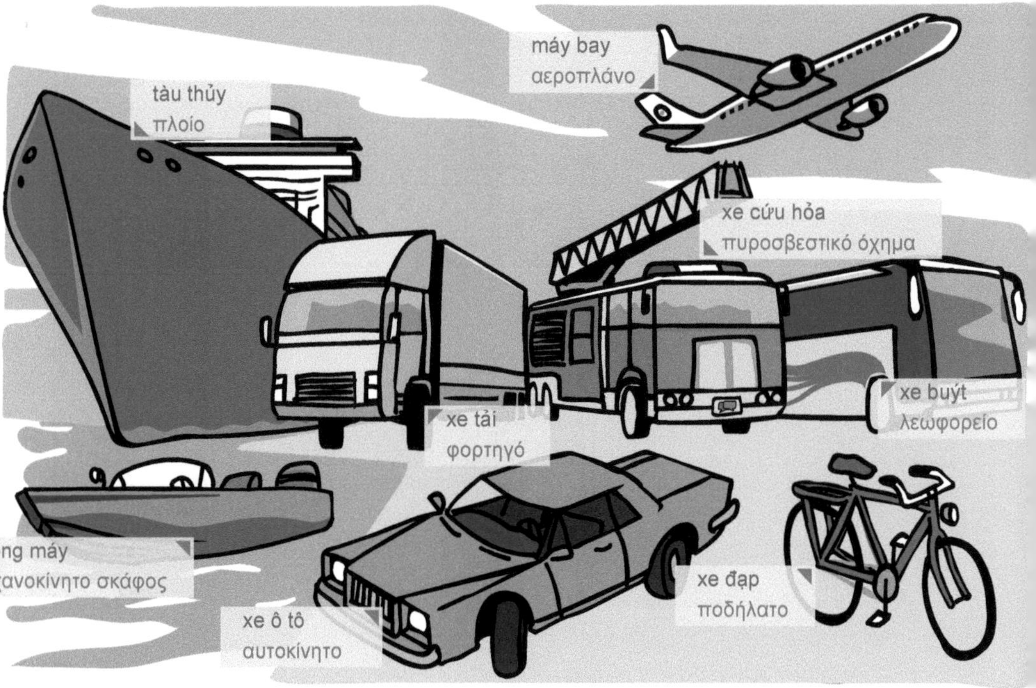

phà

φεριμπότ

xuồng

βάρκα

xe máy

μοτοσικλέτα

xe cảnh sát

περιπολικό

xe đua

αγωνιστικό αυτοκίνητο

xe cho thuê

ενοικιαζόμενο αυτοκίνητο

dịch vụ thuê xe tự lái
διαμοιρασμός αυτοκινήτων

xe kéo cứu hộ
γερανός

xe rác
απορριμματοφόρο

động cơ
κινητήρας

xăng
καύσιμο

trạm xăng
βενζινάδικο

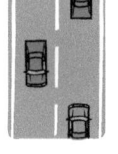

biển báo giao thông
πινακίδα σήμανσης

giao thông
κυκλοφορία

ách tắc giao thông
κυκλοφοριακή συμφόρηση

bãi đậu xe
χώρος στάθμευσης

nhà ga
σιδηροδρομικός σταθμός

đường ray
σιδηροδρομικές γραμμές

xe lửa
τρένο

tàu điện
τραμ

toa xe
βαγόνι

máy bay trực thăng

ελικόπτερο

sân bay

αεροδρόμιο

tháp

πύργος

hành khách

επιβάτης

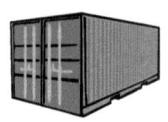

côngtenơ

εμπορευματοκιβώτιο

thùng các-tông

χαρτοκιβώτιο

xe đẩy

καρότσι

cái giỏ

καλάθι

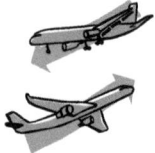

cất cánh / hạ cánh

απογειώνομαι /
προσγειόνομαι

thành phố

πόλη

làng

χωριό

trung tâm thành phố

κέντρο της πόλης

nhà

σπίτι

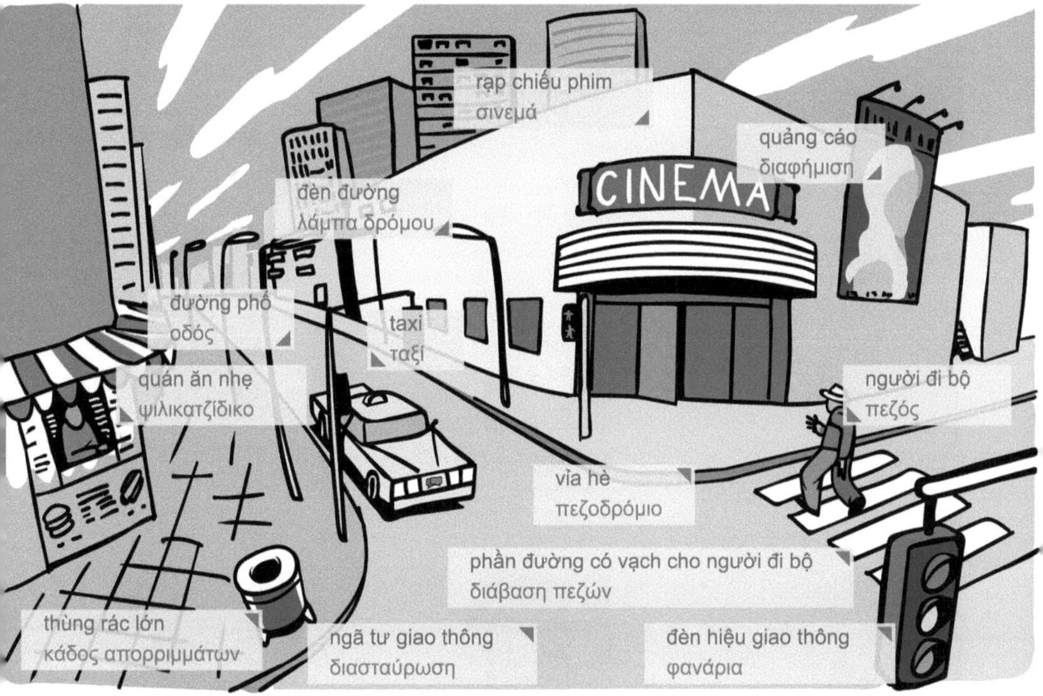
rạp chiếu phim
σινεμά
CINEMA
quảng cáo
διαφήμιση
đèn đường
λάμπα δρόμου
đường phố
οδός
taxi
ταξί
quán ăn nhẹ
ψιλικατζίδικο
người đi bộ
πεζός
vỉa hè
πεζοδρόμιο
phần đường có vạch cho người đi bộ
διάβαση πεζών
thùng rác lớn
κάδος απορριμμάτων
ngã tư giao thông
διασταύρωση
đèn hiệu giao thông
φανάρια

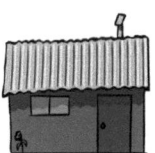

nhà chòi

καλύβα

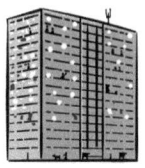

căn hộ

διαμέρισμα

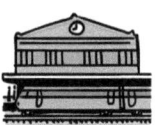

nhà ga

σιδηροδρομικός σταθμός

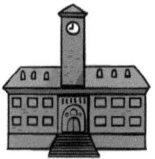

tòa thị chính

δημαρχείο

MUSEUM

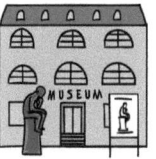

viện bảo tàng

μουσείο

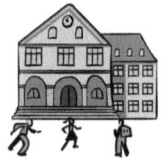

trường học

σχολείο

đại học

πανεπιστήμιο

ngân hàng

τράπεζα

bệnh viện

νοσοκομείο

khách sạn

ξενοδοχείο

hiệu thuốc

φαρμακείο

văn phòng

γραφείο

hiệu sách

βιβλιοπωλείο

cửa hiệu

κατάστημα

cửa hiệu bán hoa

ανθοπωλείο

siêu thị

σούπερ μάρκετ

chợ

αγορά

cửa hàng bách hóa

πολυκατάστημα

người bán cá

ιχθυοπωλείο

trung tâm mua bán

εμπορικό κέντρο

bến cảng

λιμάνι

công viên
πάρκο

ghế băng
παγκάκι

cầu
γέφυρα

cầu thang
σκάλες

tàu điện ngầm
μετρό

đường hầm
τούνελ

trạm xe buýt
στάση λεωφορείου

quán bar
μπαρ

khách sạn
εστιατόριο

hòm thư công cộng
γραμματοκιβώτιο

bảng hiệu đường
πινακίδα δρόμου

đồng hồ đậu xe
παρκόμετρο

vườn bách thú
ζωολογικός κήπος

bể bơi
πισίνα

nhà thờ Hồi giáo
τζαμί

nông trại

αγρόκτημα

ô nhiễm môi trường

ρύπανση

nghĩa trang

νεκροταφείο

nhà thờ

εκκλησία

sân chơi

παιδική χαρά

ngôi đền

ναός

phong cảnh
τοπίο

lá cây
φύλλο

bảng chỉ đường
πινακίδα κατεύθυνσης

lối đi
δρόμος

bãi cỏ
λιβάδι

hòn đá
πέτρα

cây
δέντρο

người đi bộ đường dài
πεζοπόρος

sông
ποτάμι

cỏ
χορτάρι

bông hoa
λουλούδι

thung lũng
κοιλάδα

đồi
λόφος

hồ nước
λίμνη

rừng
δάσος

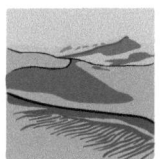

sa mạc
έρημος

núi lửa
ηφαίστειο

lâu đài
κάστρο

cầu vồng
ουράνιο τόξο

nấm
μανιτάρι

cây cọ
φοίνικας

con muỗi
κουνούπι

con ruồi
μύγα

con kiến
μυρμήγκι

con ong
μέλισσα

con nhện
αράχνη

bọ cánh cứng

σκαθάρι

con ếch

βάτραχος

con sóc

σκίουρος

con nhím

σκαντζόχοιρος

con thỏ

λαγός

con cú

κουκουβάγια

con chim

πουλί

thiên nga

κύκνος

heo rừng

αγριογούρουνο

con hươu

ελάφι

nai sừng tấm

άλκη

đê

φράγμα

tuabin gió

ανεμογεννήτρια

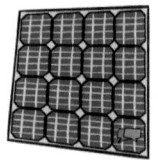

tấm năng lượng mặt trời

ηλιακός συλλέκτης

khí hậu

κλίμα

bồi bàn
σερβιτόρος

thực đơn
κατάλογος

ghế
καρέκλα

súp
σούπα

bánh pizza
πίτσα

bộ dao nĩa ăn
μαχαιροπίρουνα

khăn trải bàn
τραπεζομάντιλο

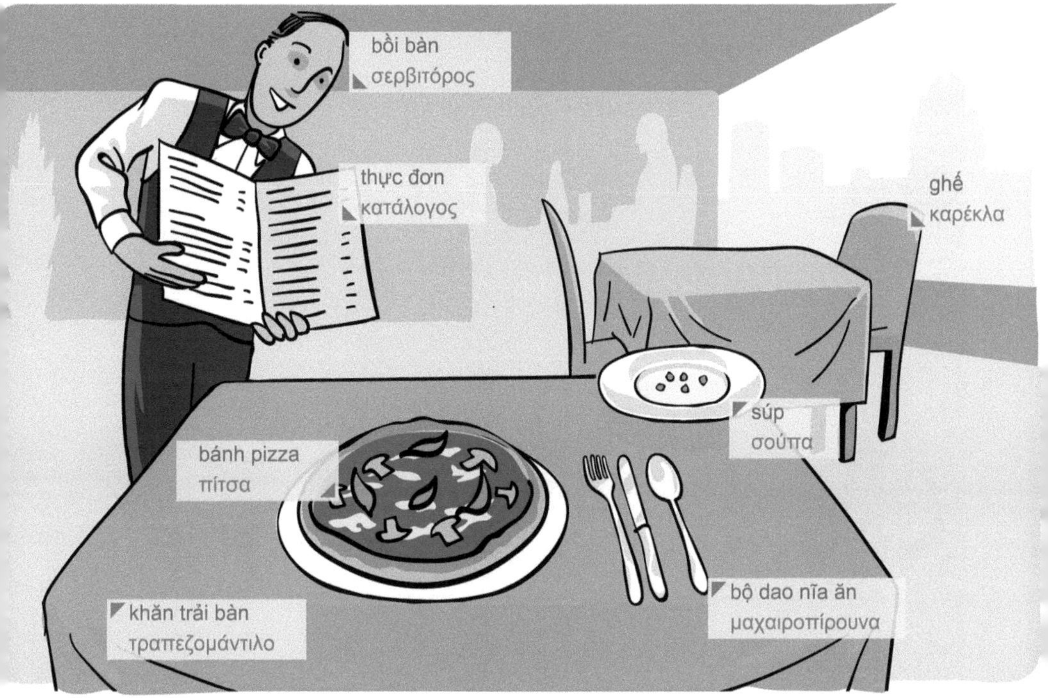

món ăn khai vị
ορεκτικό

món ăn chính
κύριο πιάτο

món tráng miệng
επιδόρπιο

thức uống
ποτά

thức ăn
φαγητό

cái chai
μπουκάλι

thức ăn nhanh

φαστ φουντ

thức ăn đường phố

φαγητό στ' όρθιο

ấm trà

τσαγιέρα

hộp đường

δοχείο ζάχαρης

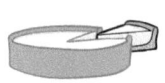

khẩu phần

μερίδα

máy pha espresso

μηχανή εσπρέσο

ghế cao

ψηλή καρέκλα

hóa đơn

λογαριασμός

khay

δίσκος

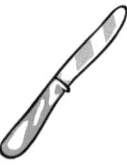

dao

μαχαίρι

nĩa

πιρούνι

thìa

κουτάλι

thìa uống trà

κουταλάκι του τσαγιού

khăn ăn

πετσέτα φαγητού

cốc thủy tinh

ποτήρι

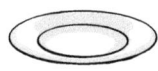

đĩa

πιάτο

đĩa súp

πιάτο σούπας

đĩa lót cốc

πιατάκι φλιτζανιού

nước sốt

σάλτσα

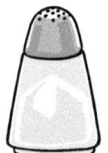

lọ muối

αλατιέρα

cái xay tiêu

μύλος για πιπέρι

giấm

ξύδι

dầu

λάδι

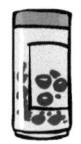

gia vị

μπαχαρικά

nước xốt cà chua

κέτσαπ

tương hạt cải

μουστάρδα

nước sốt mayonnaise

μαγιονέζα

siêu thị

σούπερ μάρκετ

chào giá đặc biệt
προσφορά
FOR
khách hàng
πελάτης
sản phẩm từ sữa
γαλακτοκομικά προϊόντα
trái cây
φρούτα
xe đẩy mua sắm
καρότσι για ψώνια

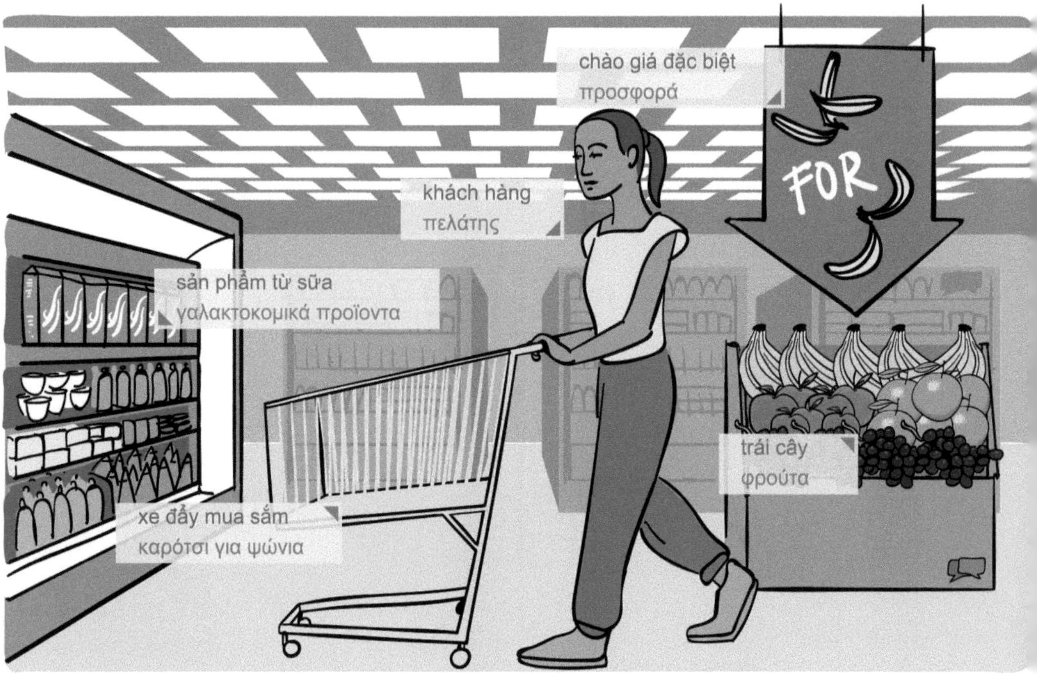

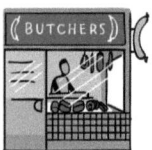

BUTCHERS

lò mổ

κρεοπωλείο

BAKERY

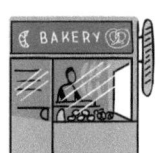

cửa hiệu bán bánh mì

φούρνος

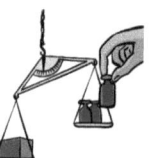

cân nặng

ζυγίζω

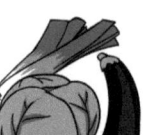

rau quả

λαχανικά

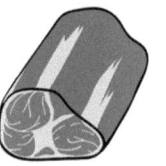

thịt

κρέας

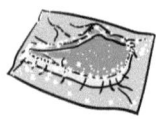

thức ăn đông lạnh

κατεψυγμένα τρόφιμα

lát thịt nguội

αλλαντικά

đồ hộp

κονσερβοποιημένη τροφή

bột giặt

απορρυπαντικό ρούχων

đồ ngọt

γλυκά

sản phẩm dùng trong gia đình

οικιακά είδη

chất tẩy rửa

καθαριστικά προϊόντα

người bán hàng

πωλήτρια

quầy trả tiền

ταμείο

nhân viên thu ngân

ταμίας

danh sách mua sắm

λίστα για ψώνια

giờ mở cửa

ωράριο λειτουργίας

ví tiền

πορτοφόλι

thẻ tín dụng

πιστωτική κάρτα

túi đeo

τσάντα

túi ny lông

πλαστική σακούλα

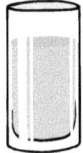

nước

νερό

nước quả ép

χυμός

sữa

γάλα

coca-cola

κόκα κόλα

rượu vang

κρασί

bia

μπίρα

cồn

αλκοόλ

cacao

κακάο

trà

τσάι

cà phê

καφές

espresso

εσπρέσο

cappuccino

καπουτσίνο

chuối

μπανάνα

quả táo

μήλο

quả cam

πορτοκάλι

dưa hấu

πεπόνι

chanh

λεμόνι

cà rốt

καρότο

tỏi

σκόρδο

tre

μπαμπού

củ hành

κρεμμύδι

nấm

μανιτάρι

hạt dẻ

ξηροί καρποί

mì

νούντλς

mì spaghetti

μακαρόνια

cơm

ρύζι

xà lách

σαλάτα

khoai tây chiên

πατατάκια

khoai tây chiên

τηγανητές πατάτες

bánh pizza

πίτσα

bánh hamburger

χάμπουργκερ

bánh mì sandwich

σάντουιτς

thịt côtlet

κοτολέτα

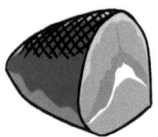

thịt giăm bông

ζαμπόν

xúc xích

σαλάμι

dồi

λουκάνικο

gà

κοτόπουλο

rán

ψητό

cá

ψάρι

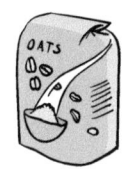

cháo yến mạch

χυλός βρώμης

cháo muesli

μούσλι

bánh bột ngô nướng

κορν φλέικς

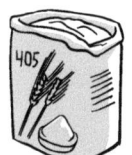

bột mì

αλεύρι

bánh sừng bò

κρουασάν

bánh mì

ψωμάκι

bánh mì

ψωμί

bánh mì nướng

τοστ

bánh bích quy

μπισκότα

bơ

βούτυρο

sữa đông

τυρόπηγμα

bánh ngọt

κέικ

trứng

αυγό

trứng rán

τηγανητό αυγό

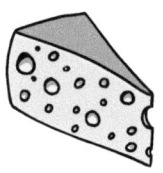

pho mát

τυρί

kem

παγωτό

đường

ζάχαρη

mật ong

μέλι

mứt

μαρμελάδα

kem nougat

άλλειμμα σοκολάτας

cà ri

κάρυ

thức ăn - φαγητό

nông trại
αγρόκτημα

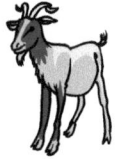

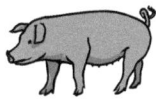

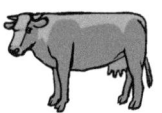

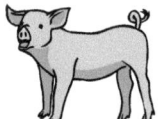

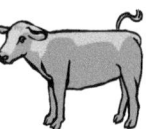

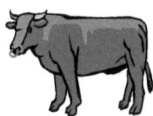

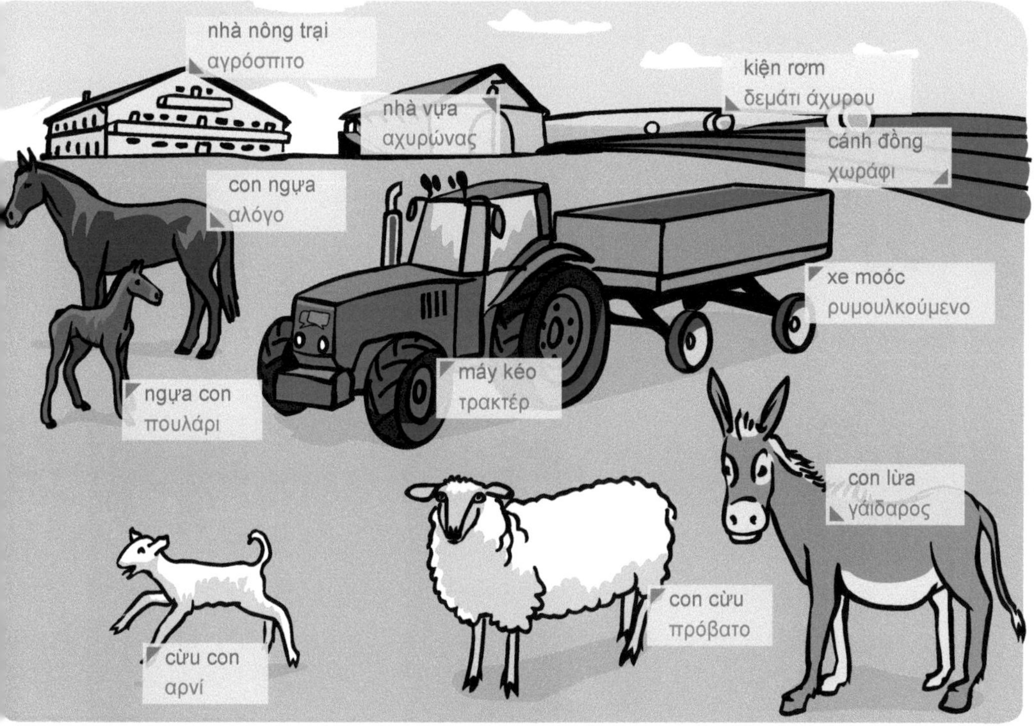
nhà nông trại
αγρόσπιτο
kiện rơm
δεμάτι άχυρου
nhà vựa
αχυρώνας
cánh đồng
χωράφι
con ngựa
αλόγο
xe moóc
ρυμουλκούμενο
máy kéo
τρακτέρ
ngựa con
πουλάρι
con lừa
γάιδαρος
con cừu
πρόβατο
cừu con
αρνί

con dê
κατσίκα

con bò
αγελάδα

con bê
μοσχαράκι

con lợn
γουρούνι

lợn con
γουρουνάκι

bò đực
ταύρος

con ngỗng

χήνα

con vịt

πάπια

gà con

κοτοπουλάκι

gà mái

κότα

gà trống

κόκορας

con chuột

αρουραίος

mèo

γάτα

chuột nhắt

ποντίκι

bò đực

βόδι

con chó

σκύλος

nhà chuồng chó

σπιτάκι σκύλου

ống tưới vườn cây

λάστιχο κήπου

thùng tưới cây

ποτιστήρι

lưỡi hái

θεριστήρι

cái cày

αλέτρι

cái liềm

δρεπάνι

cái cuốc

τσάπα

cái chĩa

δίκρανο

cái rìu

τσεκούρι

xe cút kít

χειράμαξα

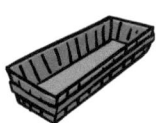

máng ăn

ταΐστρα

lọ sữa

δοχείο γάλακτος

bao tải

σάκος

hàng rào

φράχτης

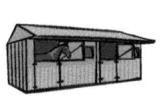

chuồng

στάβλος

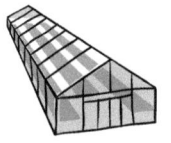

nhà kính trồng cây

θερμοκήπιο

đất trồng

έδαφος

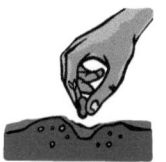

hạt giống

σπόρος

phân bón

λίπασμα

máy gặt đập liên hợp

θεριζοαλωνιστική μηχανή

thu hoạch

θερίζω

mùa thu hoạch

συγκομιδή

khoai lang

γιαμς

lúa mì

σιτάρι

đậu nành

σόγια

khoai tây

πατάτα

ngô

καλαμπόκι

hạt cải dầu

κράμβη

cây ăn trái

οπωροφόρο δέντρο

sắn

μανιόκα

ngũ cốc

δημητριακά

nhà
σπίτι

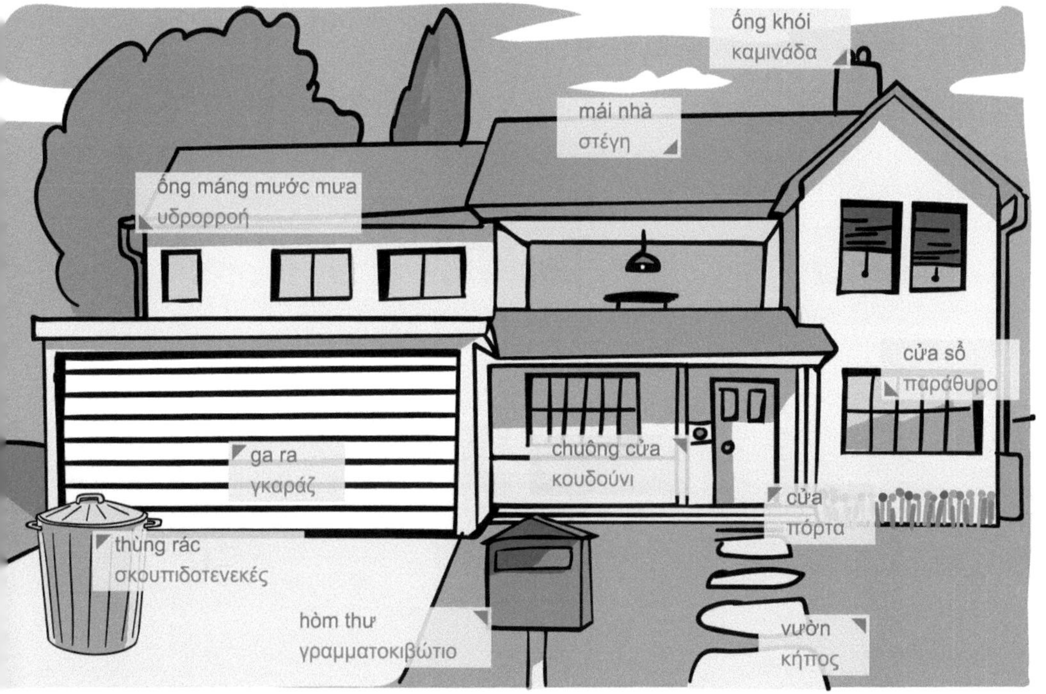
ống khói
καμινάδα
mái nhà
στέγη
ống máng mước mưa
υδρορροή
cửa sổ
παράθυρο
ga ra
γκαράζ
chuông cửa
κουδούνι
cửa
πόρτα
thùng rác
σκουπιδοτενεκές
hòm thư
γραμματοκιβώτιο
vườn
κήπος

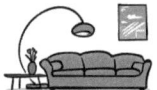

phòng khách
σαλόνι

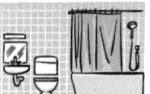

phòng tắm
μπάνιο

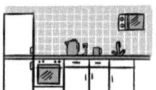

bếp
κουζίνα

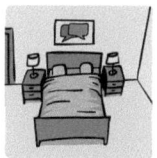

phòng ngủ
υπνοδωμάτιο

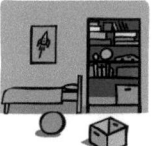

phòng trẻ em
παιδικό δωμάτιο

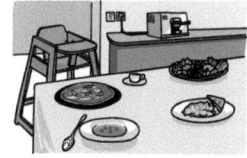

phòng ăn
τραπεζαρία

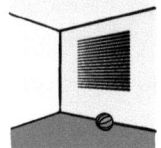

nền nhà

πάτωμα

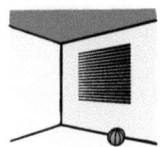

tường

τοίχος

trần nhà

οροφή

tầng hầm

κελάρι

tắm hơi

σάουνα

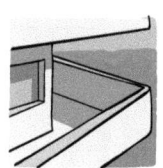

ban công

μπαλκόνι

sân hiên

βεράντα

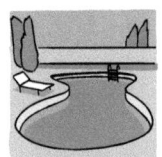

bể bơi

πισίνα

máy cắt cỏ

μηχανή του γκαζόν

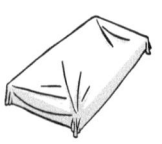

khăn trải giường

σεντόνι

khăn trải giường

κάλυμμα κρεβατιού

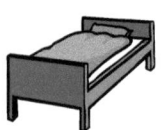

giường

κρεβάτι

chổi

σκούπα

cái xô

κουβάς

công tắc điện

διακόπτης

phòng khách

σαλόνι

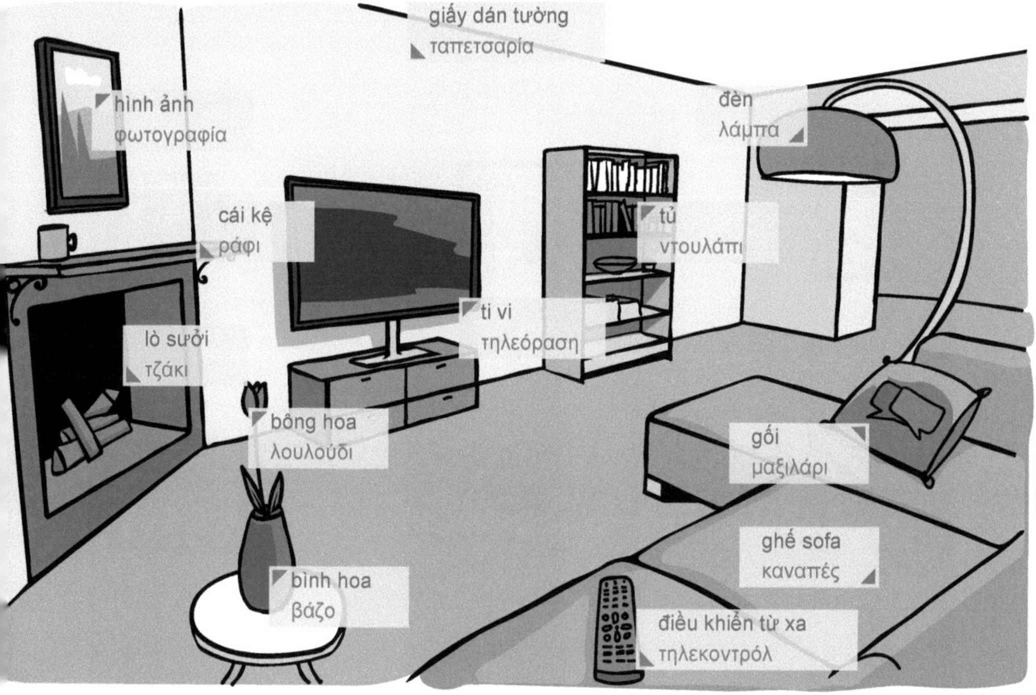
giấy dán tường
ταπετσαρία
hình ảnh
φωτογραφία
đèn
λάμπα
cái kệ
ράφι
tủ
ντουλάπι
ti vi
τηλεόραση
lò sưởi
τζάκι
bông hoa
λουλούδι
gối
μαξιλάρι
ghế sofa
καναπές
bình hoa
βάζο
điều khiển từ xa
τηλεκοντρόλ

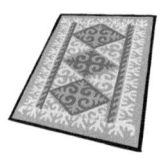

thảm
χαλί

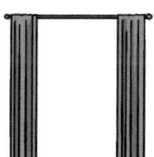

rèm
κουρτίνα

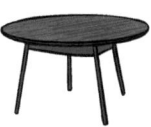

cái bàn
τραπέζι

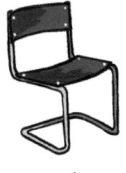

ghế
καρέκλα

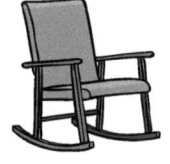

ghế bập bênh
κουνιστή πολυθρόνα

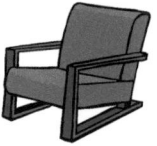

ghế bành
πολυθρόνα

sách

βιβλίο

cái chăn

κουβέρτα

đồ trang trí

διακόσμηση

củi

καυσόξυλα

phim

ταινία

máy hi-fi

στερεοφωνικό σύστημα

chìa khóa

κλειδί

báo

εφημερίδα

bức tranh

πίνακας ζωγραφικής

áp phích

αφίσα

radio

ραδιόφωνο

sổ ghi chép

σημειωματάριο

máy hút bụi

ηλεκτρική σκούπα

cây xương rồng

κάκτος

cây nến

κερί

bếp

κουζίνα

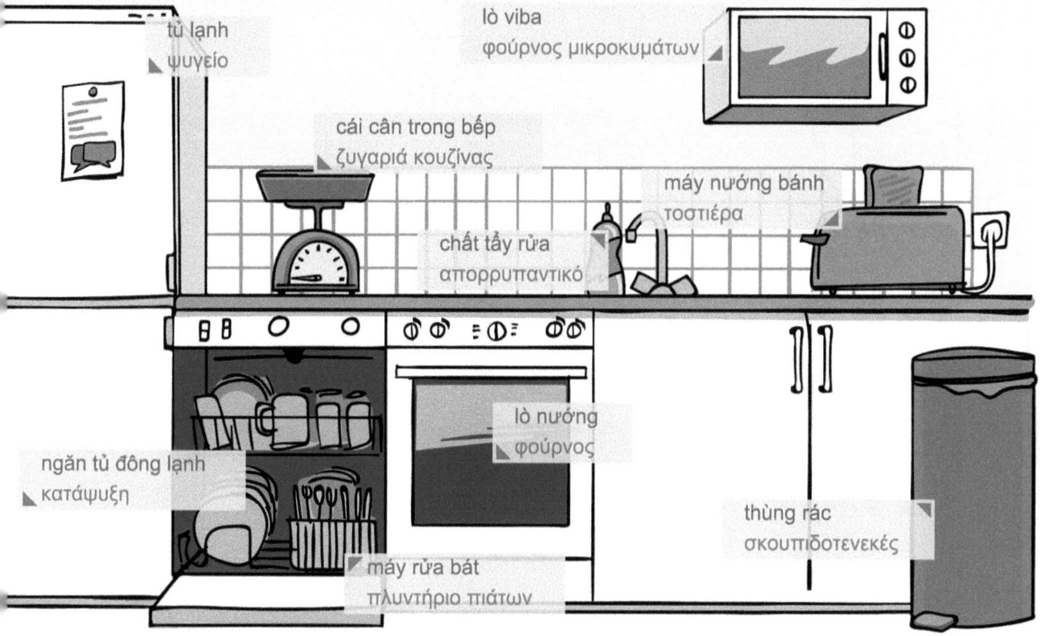

tủ lạnh
ψυγείο
lò viba
φούρνος μικροκυμάτων
cái cân trong bếp
ζυγαριά κουζίνας
máy nướng bánh
τοστιέρα
chất tẩy rửa
απορρυπαντικό
lò nướng
φούρνος
ngăn tủ đông lạnh
κατάψυξη
thùng rác
σκουπιδοτενεκές
máy rửa bát
πλυντήριο πιάτων

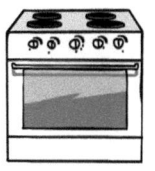

lò nấu

κουζίνα

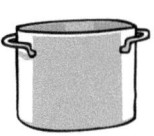

nồi

κατσαρόλα

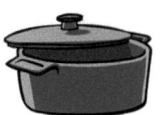

nồi sắt

μαντεμένια κατσαρόλα

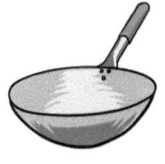

chảo

γουόκ/καντάι

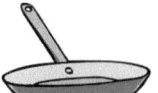

chảo

τηγάνι

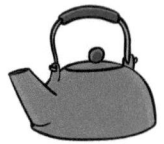

ấm đun nước

βραστήρας

nồi đun hơi

ατμομάγειρας

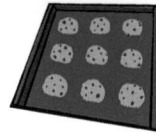

khay lò nướng

ταψί

bát đĩa

πιατικά

cốc

κούπα

cái bát

μπολ

đũa

ξυλάκια

cái vá

κουτάλα

bàn xẻng

σπάτουλα

que đánh kem

ανακατεύω

rây dùng trong bếp

σουρωτήρι

cái rây lọc

σουρωτηράκι

cái nạo

τρίφτης

vữa

γουδί

vỉ nướng

ψησταριά

ngọn lửa trần

ανοιχτή φωτιά

cái thớt

σανίδα κοπής

trục cán bột

πλάστης

cái mở nút chai

ανοιχτήρι φελλών

vỏ đồ hộp

κονσέρβα

cái mở vỏ đồ hộp

ανοιχτήρι κονσέρβας

miếng nhấc nồi

γάντι φούρνου

bồn rửa bát

νεροχύτης

bàn chải

βούρτσα

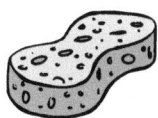

miếng xốp

σφουγγάρι

máy xay

μπλέντερ

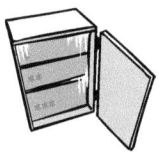

tủ đông lạnh

καταψύκτης

bình sữa cho trẻ sơ sinh

μπιμπερό

vòi nước

βρύση

phòng tắm
μπάνιο

lò sưởi
θέρμανση
vòi hoa sen
ντους
khăn lau
πετσέτα
rèm che ngăn tắm
κουρτίνα ντουζ
tắm bọt
αφρόλουτρο
bồn tắm
μπανιέρα
cốc thủy tinh
ποτήρι
máy giặt
πλυντήριο ρούχων
vòi nước
βρύση
gạch lát
πλακάκια
cái bô
γιογιό
bồn rửa bát
νεροχύτης

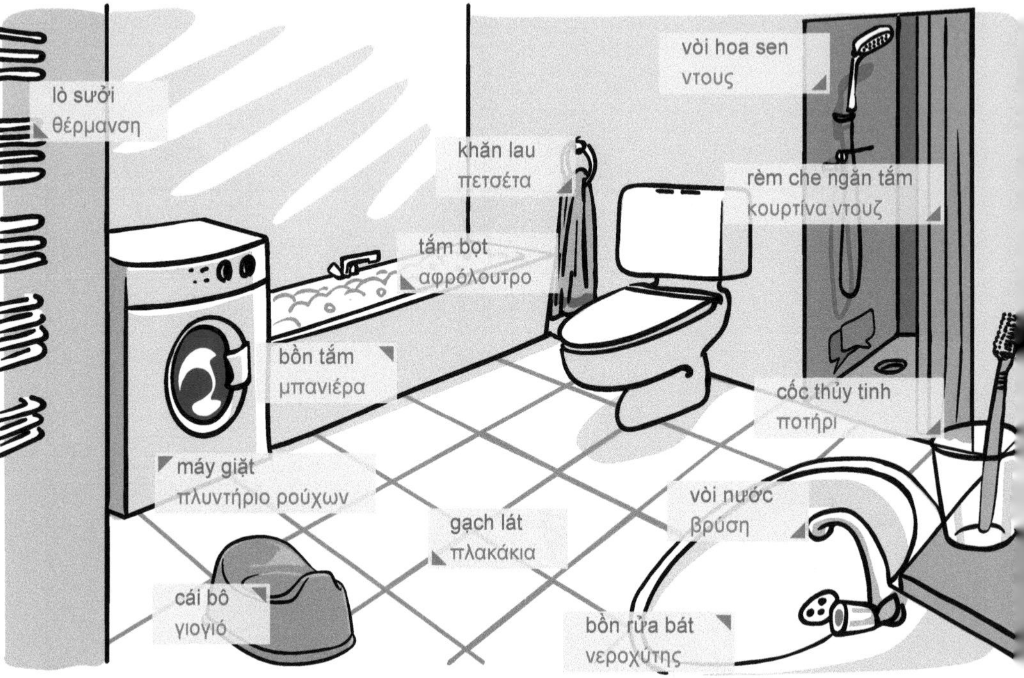

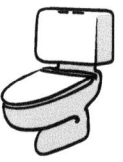

bồn cầu

τουαλέτα

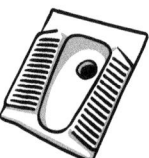

bồn cầu ngồi xổm

τούρκικη τουαλέτα

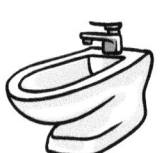

bồn rửa hậu môn

μπιντές

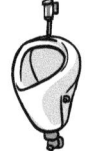

bồn tiểu tiện

ουρητήριο

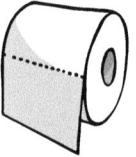

giấy vệ sinh

χαρτί υγείας

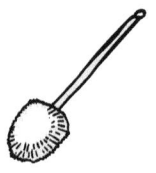

bàn chải cọ bồn cầu

πιγκάλ

bàn chải đánh răng

οδοντόβουρτσα

kem đánh răng

οδοντόκρεμα

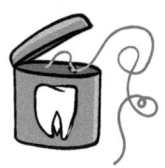

chỉ nha khoa

οδοντικό νήμα

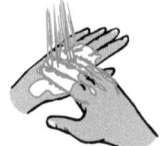

rửa

πλένω

vòi sen cầm tay

τηλέφωνο ντους

vòi rửa hậu môn

ντουσιέρα

bồn rửa

λεκάνη

bàn chải cọ lưng

βούρτσα πλάτης

xà phòng

σαπούνι

sữa tắm

αφρόλουτρο

dầu gội

σαμπουάν

khăn cọ để tắm

φανέλα

lỗ thoát nước

σιφόνι

kem

κρέμα

chất khử mùi

αποσμητικό

gương
καθρέφτης

gương tay
καθρέφτης χειρός

dao cạo râu
ξυραφάκι

kem cạo râu
αφρός ξυρίσματος

nước thơm dùng sau khi cạo râu
αφτερσέιβ

cái lược
χτένα

bàn chải
βούρτσα

máy xấy tóc
σεσουάρ

keo xịt tóc
λακ

đồ trang điểm
μακιγιάζ

thỏi son môi
κραγιόν

sơn bôi móng
βερνίκι νυχιών

bông
βαμβάκι

kéo cắt móng
ψαλίδι νυχιών

nước hoa
άρωμα

túi đựng đồ tắm

νεσεσέρ

ghế đẩu

σκαμπό

cái cân

ζυγαριά

áo choàng tắm

μπουρνούζι

găng tay làm vệ sinh

ελαστικά γάντια

nút gạc

ταμπόν

băng vệ sinh

πετσέτα υγιεινής

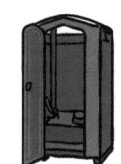

nhà vệ sinh hóa chất

χημική τουαλέτα

phòng trẻ em
παιδικό δωμάτιο

đồng hồ báo thức
ξυπνητήρι
thú bông
λούτρινο ζωάκι
xe đồ chơi
αυτοκινητάκι
cái lúc lắc
κουδουνίστρα
nhà búp bê
κουκλόσπιτο
món quà
δώρο

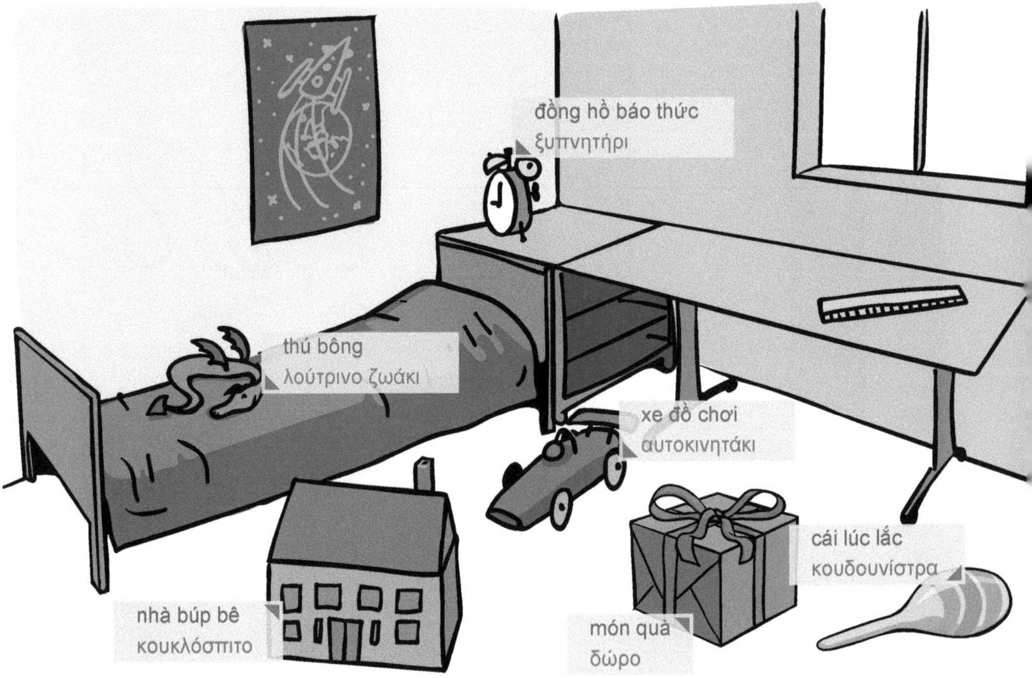

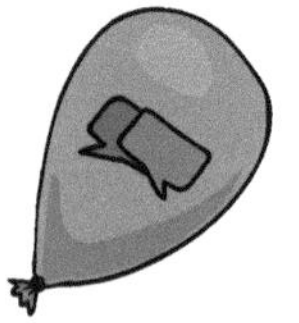

bong bóng

μπαλόνι

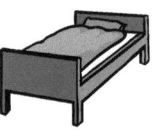

giường

κρεβάτι

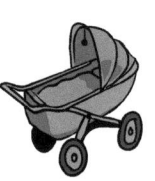

xe nôi

καροτσάκι

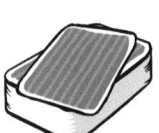

trò chơi bài

τράπουλα

trò chơi ghép hình

παζλ

SUPER
MEGA

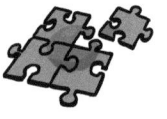

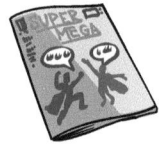

truyện tranh

κόμικς

gạch Lego

τουβλάκια lego

khối xếp hình

τουβλάκια κατασκευών

nhân vật hành động

φιγούρα δράσης

áo liền quần cho trẻ sơ sinh

βρεφικό φορμάκι

đĩa nhựa để ném

φρίσμπι

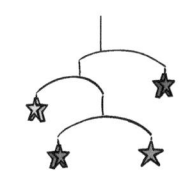

đồ chơi treo trên giường

μόμπιλο

trò chơi cờ bàn

επιτραπέζιο παιχνίδι

xúc xắc

ζάρια

đồ chơi xe lửa mô hình

σετ τρενάκι

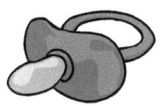

ti giả

πιπίλα

buổi tiệc

πάρτι

sách tranh

εικονογραφημένο βιβλίο

quả bóng

μπάλα

búp bê

κούκλα

chơi

παίζω

hố cát

σκάμμα με άμμο

cái đu

κούνια

đồ chơi

παιχνίδια

máy chơi game cầm tay

κονσόλα βιντεοπαιχνιδιών

xe ba bánh

τρίκυκλο

gấu bông

αρκουδάκι

tủ quần áo

ντουλάπα

y phục

ρούχα

bít tất

κάλτσες

bít tất dài

καλτσοδέτες

quần tất

καλσόν

khăn choàng cổ
κασκόλ

ô che mưa
ομπρέλα

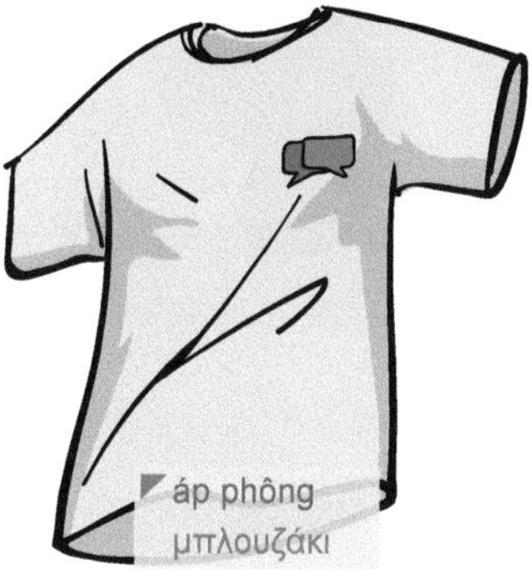

áp phông
μπλουζάκι

dây thắt lưng
ζώνη

ủng
μπότες

dép đi trong nhà
παντόφλες

giày sneaker
αθλητικά παπούτσια

dép xăng đan
σανδάλια

giày
παπούτσια

ủng cao su
γαλότσες

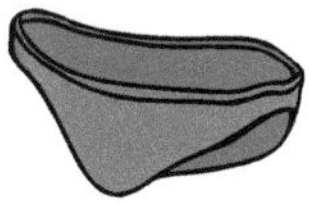

quần lót
εσώρουχο

áo ngực
σουτιέν

áo vest
φανέλα

y phục - ρούχα

áo ôm sát cơ thể

σώμα

quần dài

παντελόνι

quần bò

τζιν παντελόνι

váy

φούστα

áo cánh

μπλούζα

áo sơ mi

πουκάμισο

áo len chui đầu

πουλόβερ

áo len

πουλόβερ

áo blazer

σακάκι

áo jacket

μπουφάν

áo khoác

παλτό

áo mưa

αδιάβροχο πανωφόρι

trang phục

κοστούμι

áo váy

φόρεμα

áo cưới

νυφικό

bộ com lê

κοστούμι

áo ngủ

νυχτικό

pijama

πιτζάμες

trang phục sari

σάρι

khăn trùm đầu

μαντήλι

khăn đội đầu

τουρμπάνι

áo burka

μπούρκα

áo captan

καφτάνι

áo aba

μουσουλμανικό ένδυμα

quần áo bơi

ολόσωμο μαγιό

quần bơi

ανδρικό μαγιό

quần đùi

σορτς

quần áo tracksuit

αθλητική φόρμα

tạp dề

ποδιά

găng tay

γάντια

cái cúc

κουμπί

kính mắt

γυαλιά

vòng đeo tay

βραχιόλι

vòng cổ

περιδέραιο

nhẫn

δαχτυλίδι

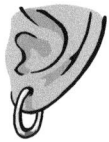

hoa tai

σκουλαρίκι

mũ lưỡi trai

καπέλο

cái mắc treo áo quần

κρεμάστρα

mũ

καπέλο

cà vạt

γραβάτα

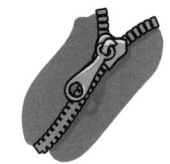

dây kéo phéc mơ tuya

φερμουάρ

mũ bảo hiểm

κράνος

dây đeo quần

τιράντες

đồng phục học sinh

μαθητική στολή

đồng phục

στολή

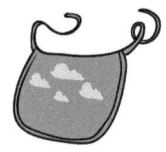

yếm trẻ em

σαλιάρα

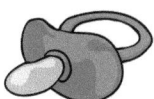

ti giả

πιπίλα

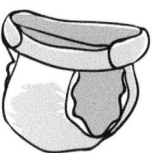

tã lót

πάνα

văn phòng
γραφείο

máy chủ
σέρβερ
tủ hồ sơ
αρχειοθήκη
máy in
εκτυπωτής
giấy
χαρτί
màn hình
οθόνη
chuột máy tính
ποντίκι
bàn làm việc
γραφείο
thư mục
ντοσιέ
bàn phím
πληκτρολόγιο
thùng rác giấy
καλάθι αχρήστων
máy tính
υπολογιστής
ghế
καρέκλα

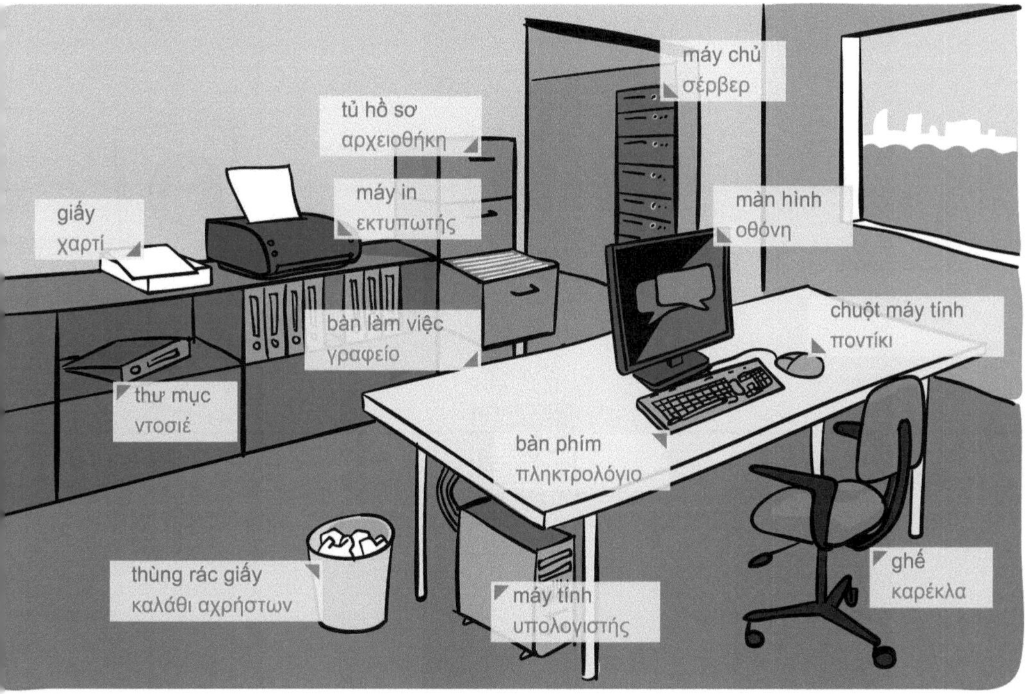

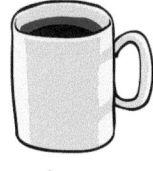

cốc cà phê

κούπα του καφέ

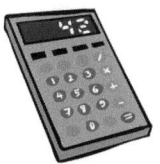

máy tính bỏ túi

κομπιουτεράκι

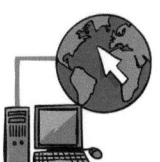

internet

ίντερνετ

laptop

λάπτοπ

thư

γράμμα

tin nhắn

μήνυμα

điện thoại di động

κινητό

mạng

δίκτυο

máy photocopy

φωτοτυπικό μηχάνημα

phần mềm

λογισμικό

điện thoại

τηλέφωνο

ổ cắm điện

πρίζα

máy fax

συσκευή φαξ

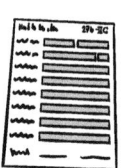

mẫu đơn

έντυπο

chứng từ

έγγραφο

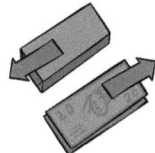

mua
αγοράζω

trả tiền
πληρώνω

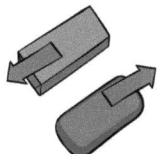

buôn bán
συναλλάσσομαι

tiền
χρήματα

USD

đô la
δολάριο

EUR

Euro
ευρώ

JPY

yên
γιεν

RUB

rúp
ρούβλι

CHF

franc Thụy Sĩ
ελβετικό φράγκο

CNY

nhân dân tệ
ρενμίνμπι γιουάν

INR

rupi
ρουπία

máy rút tiền tự động
ATM (αυτόματη ταμειακή
μηχανή)

quầy đổi tiền

ανταλλακτήρια
συναλλάγματος

vàng

χρυσός

bạc

ασήμι

dầu

πετρέλαιο

năng lượng

ενέργεια

giá tiền

τιμή

hợp đồng

συμβόλαιο

thuế

φόρος

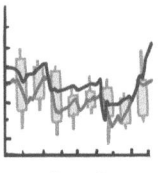

cổ phiếu

μετοχή

làm việc

δουλεύω

nhân viên

υπάλληλος

chủ lao động

εργοδότης

nhà máy

εργοστάσιο

cửa hiệu

κατάστημα

nghề nghiệp
επαγγέλματα

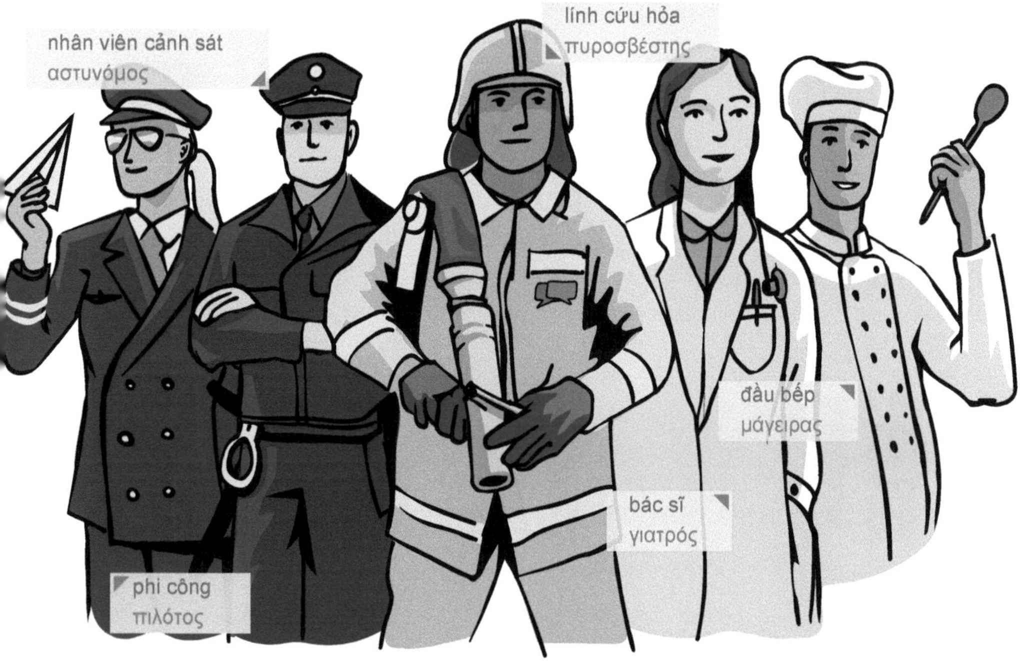
nhân viên cảnh sát
αστυνόμος
lính cứu hỏa
πυροσβέστης
đầu bếp
μάγειρας
bác sĩ
γιατρός
phi công
πιλότος

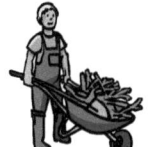

người làm vườn

κηπουρός

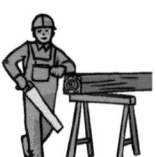

thợ mộc

ξυλουργός

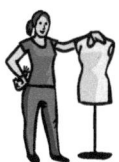

thợ may

μοδίστρα

chánh án

δικαστής

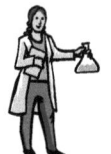

nhà hóa học

χημικός

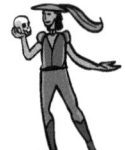

diễn viên

ηθοποιός

tài xế xe buýt

οδηγός λεωφορείου

người lái taxi

ταξιτζής

ngư dân

ψαράς

người lau dọn vệ sinh

καθαρίστρια

thợ lợp mái nhà

τεχνίτης στεγών

bồi bàn

σερβιτόρος

thợ săn

κυνηγός

họa sĩ

ζωγράφος

thợ làm bánh

αρτοποιός

thợ điện

ηλεκτρολόγος

thợ xây dựng

οικοδόμος

kỹ sư

μηχανολόγος

người hàng thịt

κρεοπώλης

thợ sửa ống nước

υδραυλικός

người đưa thư

ταχυδρόμος

người lính

στρατιώτης

kiến trúc sư

αρχιτέκτονας

nhân viên thu ngân

ταμίας

người bán hoa

ανθοπώλης

thợ cắt tóc

κομμωτής

nhân viên soát vé

ελεγκτής εισιτηρίων

thợ cơ khí

μηχανικός

thuyền trưởng

καπετάνιος

nha sĩ

οδοντίατρος

nhà khoa học

επιστήμονας

giáo sĩ Do thái

ραβίνος

lãnh tụ Hồi giáo

ιμάμης

nhà sư

μοναχός

mục sư

ιερέας

dụng cụ
εργαλεία

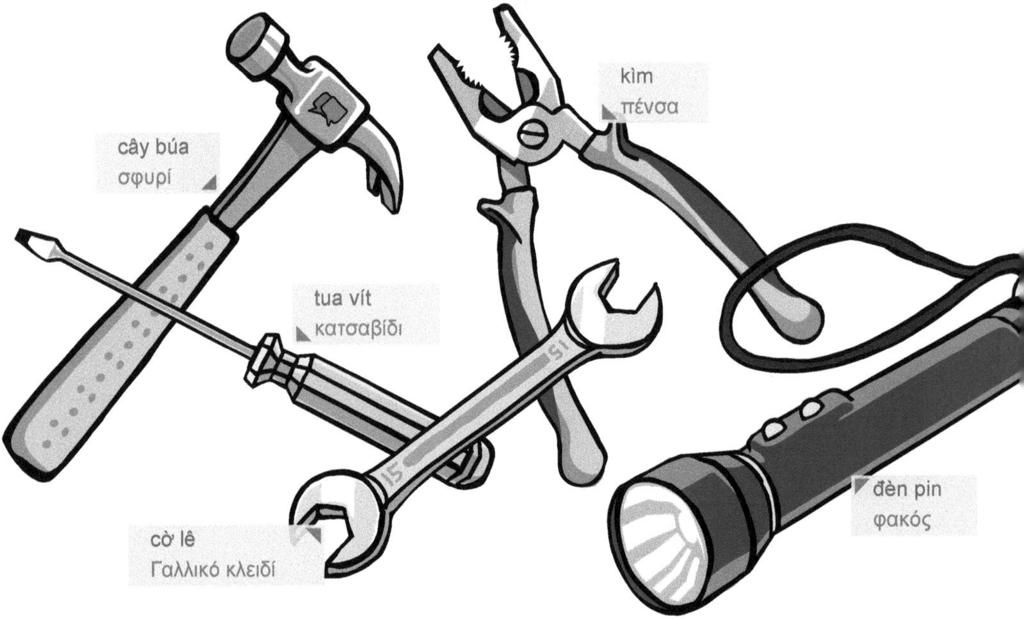

cây búa
σφυρί
kìm
πένσα
tua vít
κατσαβίδι
cờ lê
Γαλλικό κλειδί
đèn pin
φακός

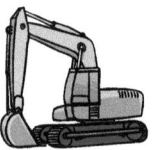

máy xúc đất

εκσκαφέας

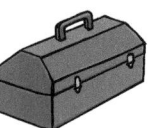

hộp dụng cụ

εργαλειοθήκη

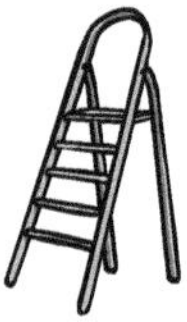

cái thang

σκάλα

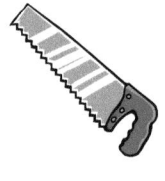

cưa

πριόνι

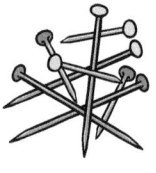

đinh

καρφιά

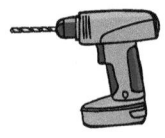

máy khoan

τρυπάνι

sửa chữa

επισκευάζω

cái xẻng

φτυάρι

khốn nạn!

Να πάρει!

cái hót rác

φαράσι

thùng sơn

δοχείο χρωμάτων

vít

βίδες

nhạc cụ
μουσικά όργανα

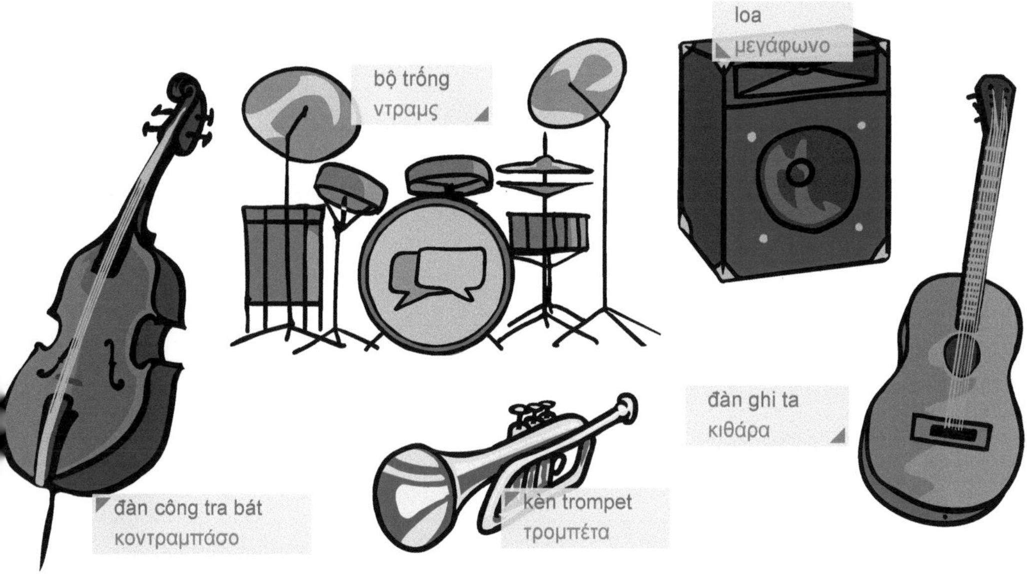

loa
μεγάφωνο

bộ trống
ντραμς

đàn ghi ta
κιθάρα

đàn công tra bát
κοντραμπάσο

kèn trompet
τρομπέτα

đàn piano

πιάνο

đàn vĩ cầm

βιολί

ghi ta bass

μπάσο

trống định âm

τύμπανα

trống

τύμπανο

đàn organ

πλήκτρα

kèn Saxophone

σαξόφωνο

sáo

φλάουτο

micro

μικρόφωνο

vườn bách thú
ζωολογικός κήπος

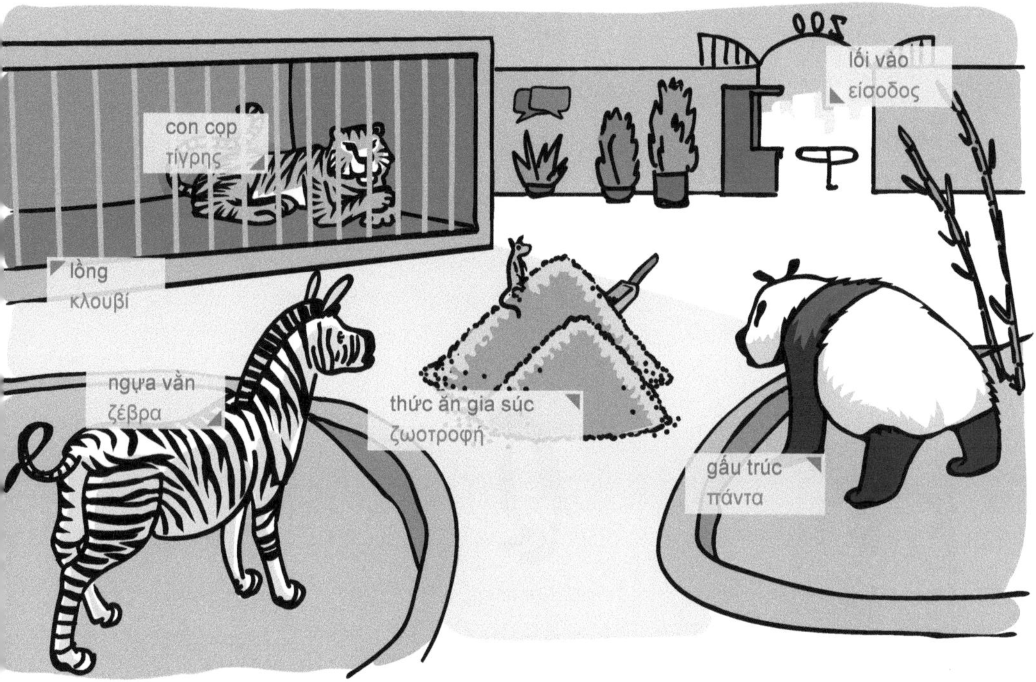

con cọp
τίγρης
lối vào
είσοδος
lồng
κλουβί
ngựa vằn
ζέβρα
thức ăn gia súc
ζωοτροφή
gấu trúc
πάντα

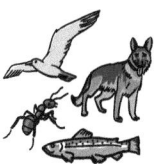

động vật

ζώα

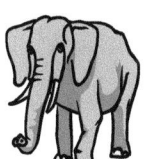

con voi

ελέφαντας

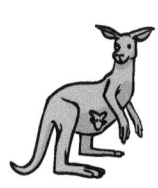

chuột túi

καγκουρό

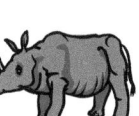

tê giác

ρινόκερος

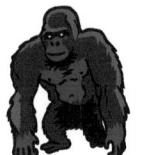

khỉ đột

γορίλας

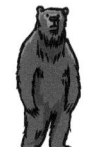

con gấu

αρκούδα

lạc đà

καμήλα

đà điểu

στρουθοκάμηλος

sư tử

λιοντάρι

con khỉ

πίθηκος

hồng hạc

φλαμίνγκο

con vẹt

παπαγάλος

gấu bắc cực

πολική αρκούδα

chim cánh cụt

πιγκουίνος

cá mập

καρχαρίας

con công

παγώνι

con rắn

φίδι

cá sấu

κροκόδειλος

người trông giữ vườn bách
thú

φύλακας ζωολογικού κήπου

hải cẩu

φώκια

báo đốm

τζάγκουαρ

ngựa lùn

πόνυ

con báo

λεοπάρδαλη

hà mã

ιπποπόταμος

hươu cao cổ

καμηλοπάρδαλη

đại bàng

αετός

heo rừng

αγριογούρουνο

cá

ψάρι

con rùa

χελώνα

hải mã

θαλάσσιος ίππος

con cáo

αλεπού

linh dương

γαζέλα

bóng bầu dục Mỹ
Αμερικάνικο ποδόσφαιρο

đua xe đạp
ποδηλασία

quần vợt
αντισφαίριση

bóng rổ
μπάσκετ

bơi
κολύμβηση

đấm bốc
πυγμαχία

khúc côn cầu trên băng
χόκεϋ επί πάγου

bóng đá
ποδόσφαιρο

cầu lông
μπάντμιντον

điền kinh
στίβος

bóng ném
χάντμπολ

trượt tuyết
σκι

polo
πόλο

nhảy
πηδάω

cười
γελάω

ôm
αγκαλιάζω

đi bộ
περπατάω

ca hát
τραγουδάω

mơ
ονειρεύομαι

cầu nguyện
προσεύχομαι

hôn
φιλάω

viết
γράφω

vẽ
σχεδιάζω

chỉ trỏ
δείχνω

đẩy
πιέζω

cho
δίνω

lấy đi
παίρνω

có

έχω

làm

κάνω

thì / là

είμαι

đứng

στέκομαι

chạy

τρέχω

kéo

τραβάω

ném

ρίχνω

rơi

πέφτω

nằm

ξαπλώνω

chờ đợi

περιμένω

mang vác

κουβαλώ

ngồi

κάθομαι

mặc quần áo

φοράω

ngủ

κοιμάμαι

thức dậy

ξυπνάω

xem

κοιτάω

khóc

κλαίω

vuốt ve

χαϊδεύω

chải

χτενίζω

nói chuyện

μιλάω

hiểu

καταλαβαίνω

câu hỏi

ρωτάω

nghe

ακούω

uống

πίνω

ăn

τρώω

dọn dẹp

συγυρίζω

yêu

αγαπάω

nấu nướng

μαγειρεύω

lái xe

οδηγώ

bay

πετάω

đi thuyền buồm

κάνω ιστιοπλοΐα

tính toán

υπολογίζω

đọc

διαβάζω

học

μαθαίνω

làm việc

δουλεύω

cưới

παντρεύομαι

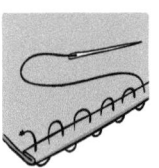

khâu vá

ράβω

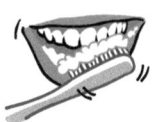

đánh răng

βουρτσίζω τα δόντια

giết

σκοτώνω

hút thuốc

καπνίζω

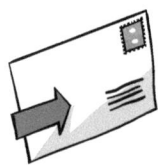

gửi đi

στέλνω

gia đình
οικογένεια

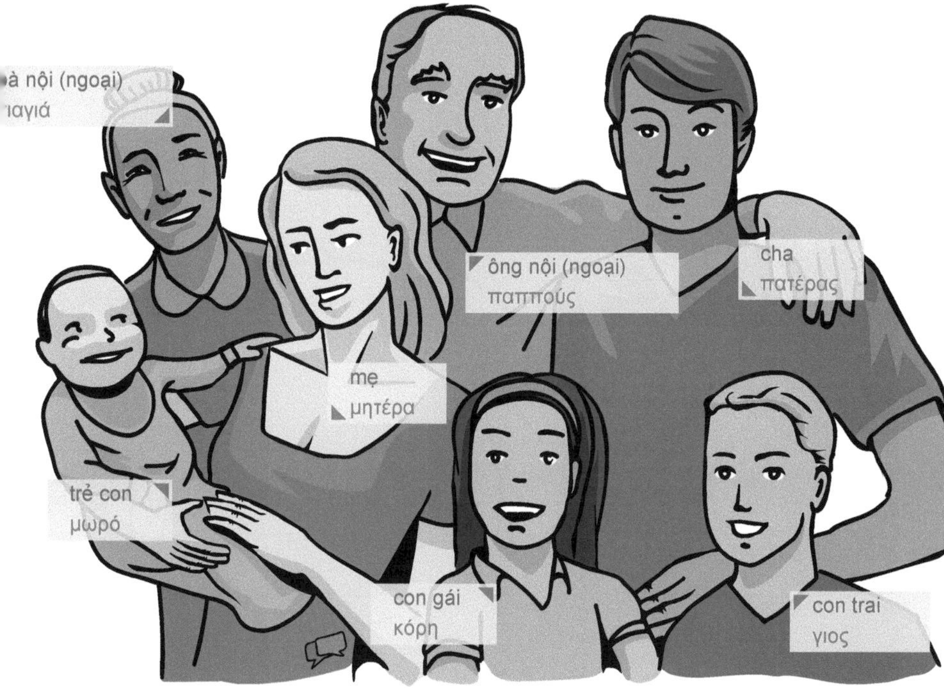

à nội (ngoại)
ιαγιά
ông nội (ngoại)
παππούς
cha
πατέρας
mẹ
μητέρα
trẻ con
μωρό
con gái
κόρη
con trai
γιος

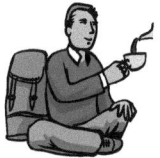

khách

καλεσμένος

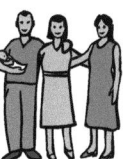

cô (dì)

θεία

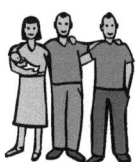

chú, bác (cậu)

θείος

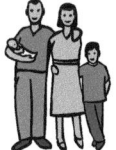

anh (em) trai

αδελφός

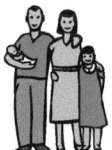

chị (em) gái

αδελφή

cơ thể

σώμα

trán
μέτωπο
mắt
μάτι
vai
ώμος
ngón tay
δάχτυλο
mặt
πρόσωπο
cằm
πιγούνι
bàn tay
χέρι
chân
πόδι
ngực
στήθος
cánh tay
βραχίονας

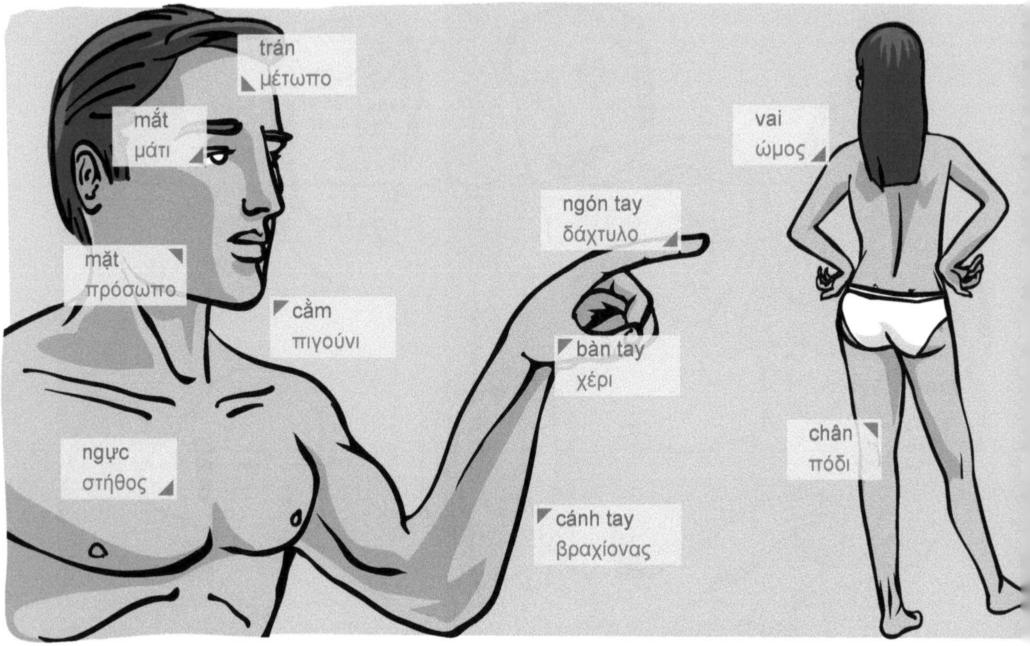

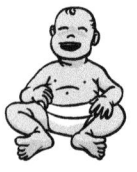

trẻ con

μωρό

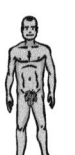

đàn ông

άνδρας

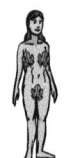

phụ nữ

γυναίκα

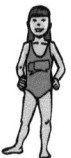

bé gái

κορίτσι

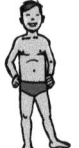

bé trai

αγόρι

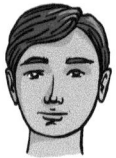

đầu

κεφάλι

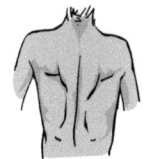

lưng

πλάτη

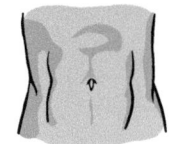

bụng

κοιλιά

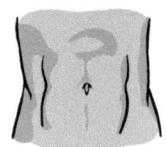

rốn

αφαλός

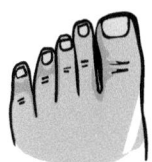

ngón chân

δάχτυλο ποδιού

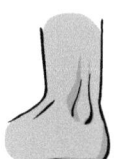

gót chân

φτέρνα

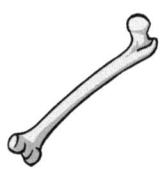

xương

κόκκαλο

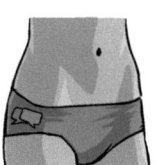

hông

γοφός

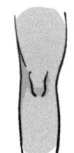

đầu gối

γόνατο

khuỷu tay

αγκώνας

mũi

μύτη

mông

γλουτός

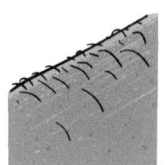

da

δέρμα

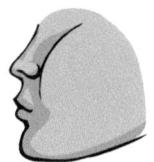

má

μάγουλο

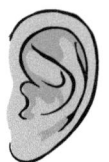

tai

αυτί

môi

χείλος

miệng

στόμα

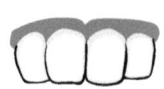

răng

δόντι

lưỡi

γλώσσα

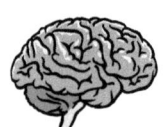

não

εγκέφαλος

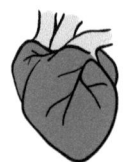

tim

καρδιά

cơ bắp

μυς

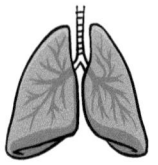

phổi

πνεύμονας

gan

συκώτι

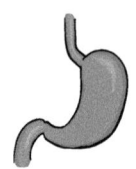

dạ dày

στομάχι

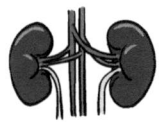

thận

νεφρά

giao hợp

σεξουαλική επαφή

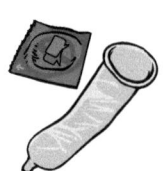

bao cao su

προφυλακτικό

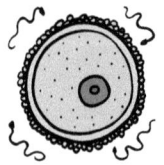

noãn

ωάριο

tinh dịch

σπέρμα

mang thai

εγκυμοσύνη

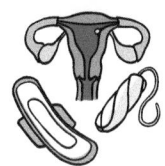

kinh nguyệt

περίοδος

âm vật

γυναικείος κόλπος

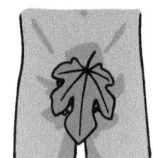

dương vật

πέος

lông mày

φρύδι

tóc

μαλλιά

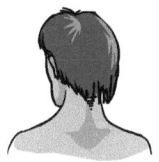

cổ

λαιμός

cơ thể - σώμα

bệnh viện
νοσοκομείο

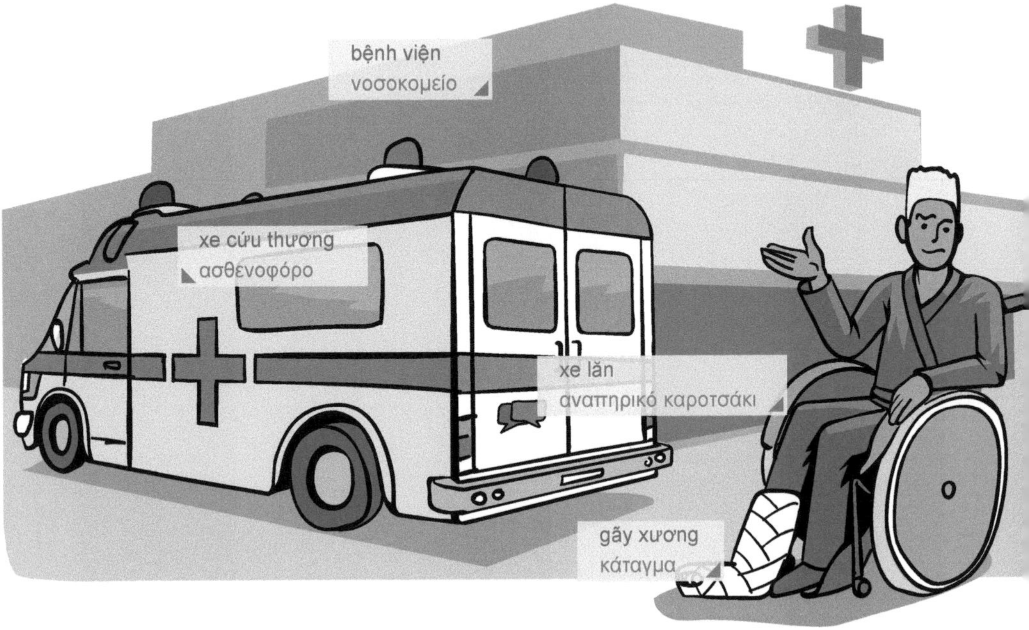

bệnh viện
νοσοκομείο
xe cứu thương
ασθενοφόρο
xe lăn
αναπηρικό καροτσάκι
gãy xương
κάταγμα

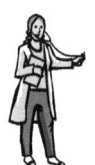

bác sĩ

γιατρός

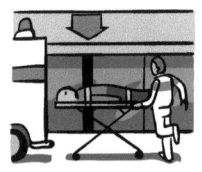

phòng cấp cứu

μονάδα εντατικής θεραπείας

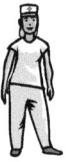

y tá

νοσοκόμα

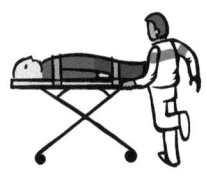

cấp cứu

έκτακτη ανάγκη

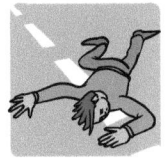

bất tỉnh

λιπόθυμος

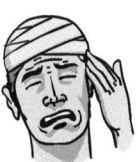

cơn đau

πόνος

bị thương

τραύμα

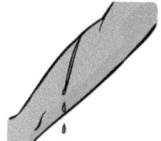

chảy máu

αιμορραγία

nhồi máu cơ tim

έμφραγμα

đột quỵ

εγκεφαλικό

dị ứng

αλλεργία

ho

βήχας

sốt

πυρετός

cúm

γρίπη

tiêu chảy

διάρροια

đau đầu

πονοκέφαλος

ung thư

καρκίνος

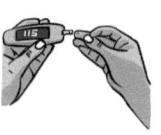

bệnh tiểu đường

διαβήτης

bác sĩ phẫu thuật

χειρουργός

dao mổ

νυστέρι

giải phẫu

εγχείρηση

chụp cắt lớp

αξονική τομογραφία

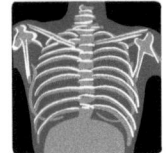

chụp x-quang

ακτινογραφία

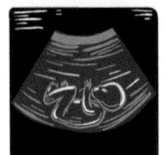

siêu âm

υπέρηχος

mặt nạ

μάσκα

bệnh

ασθένεια

phòng đợi

αίθουσα αναμονής

cái nạng

πατερίτσα

băng dán vết thương

χάνσαπλαστ

băng bó

επίδεσμος

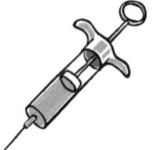

tiêm thuốc

ένεση

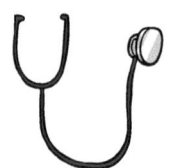

ống nghe khám bệnh

στηθοσκόπιο

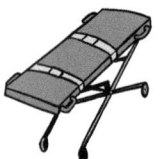

băng ca

φορείο

nhiệt kế

θερμόμετρο

sinh đẻ

γέννηση

thừa cân

υπέρβαρο

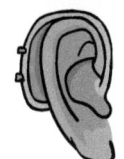

máy trợ thính

ακουστικό βαρηκοΐας

chất khử trùng

αντισηπτικό

nhiễm trùng

λοίμωξη

vi rút

ιός

HIV / AIDS

HIV/AIDS

thuốc

φάρμακο

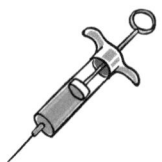

tiêm chủng

εμβολιασμός

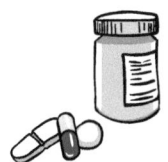

thuốc viên

δισκία

viên thuốc

χάπι

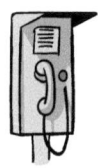

gọi cấp cứu

κλήση έκτακτης ανάγκης

máy đo huyết áp

πιεσόμετρο αίματος

bệnh / khỏe mạnh

άρρωστος / υγιής

cứu!
Βοήθεια!

báo động
συναγερμός

cuộc đột kích
βιαιοπραγία

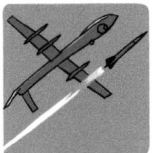

sự tấn công
επίθεση

mối nguy hiểm
κίνδυνος

lối thoát hiểm
έξοδος κινδύνου

cháy!
Φωτιά!

bình chữa cháy
πυροσβεστήρας

tai nạn
ατύχημα

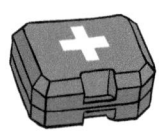

bộ dụng cụ sơ cứu
κουτί πρώτων βοηθειών

SOS
SOS

cảnh sát
αστυνομία

châu Âu

Ευρώπη

Bắc Mỹ

Βόρεια Αμερική

Nam Mỹ

Νότια Αμερική

châu Phi

Αφρική

châu Á

Ασία

châu Úc

Αυστραλία

Đại Tây Dương

Ατλαντικός Ωκεανός

Thái Bình Dương

Ειρηνικός Ωκεανός

Ấn Độ Dương

Ινδικός Ωκεανός

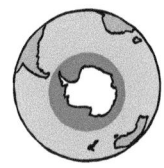

Nam Cực Dương

Ανταρκτικός Ωκεανός

Bắc Băng Dương

Αρκτικός Ωκεανός

bắc cực

Βόρειος Πόλος

nam cực
Νότιος Πόλος

nam cực
Ανταρκτική

trái đất
Γη

đất liền
γη

biển
θάλασσα

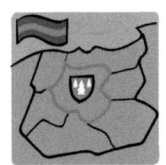

đảo
νησί

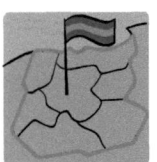

quốc gia
έθνος

nhà nước
πολιτεία

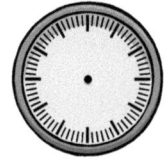

mặt đồng hồ

καντράν ρολογιού

kim chỉ giờ

ωροδείκτης

kim chỉ phút

λεπτοδείκτης

kim chỉ giây

δείκτης δευτερολέπτων

Bây giờ là mấy giờ?

Τι ώρα είναι;

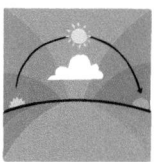

ngày

ημέρα

thời gian

χρόνος

bây giờ

τώρα

đồng hồ điện tử

ψηφιακό ρολόι

phút

λεπτό

giờ

ώρα

tuần lễ
εβδομάδα

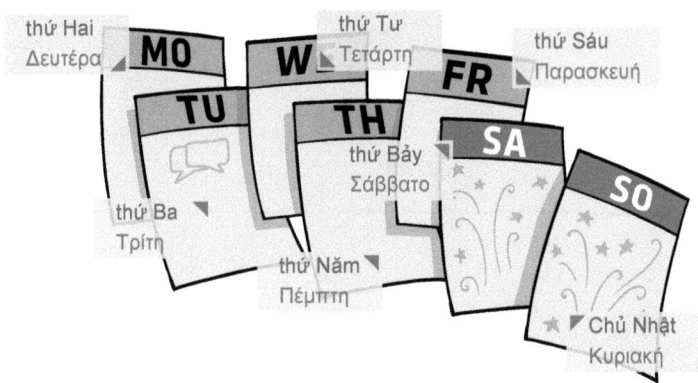

thứ Hai / Δευτέρα
thứ Tư / Τετάρτη
thứ Sáu / Παρασκευή
thứ Ba / Τρίτη
thứ Năm / Πέμπτη
thứ Bảy / Σάββατο
Chủ Nhật / Κυριακή

hôm qua

χθες

hôm nay

σήμερα

ngày mai

αύριο

buổi sáng

πρωί

buổi trưa

μεσημέρι

buổi tối

βράδυ

MO	TU	WE	TH	FR	SA	SU
1	2	3	4	5	6	7
8	9	10	11	12	13	14
15	16	17	18	19	20	21
22	23	24	25	26	27	28
29	30	31	1	2	3	4

ngày làm việc

εργάσιμες ημέρες

MO	TU	WE	TH	FR	SA	SU
1	2	3	4	5	6	7
8	9	10	11	12	13	14
15	16	17	18	19	20	21
22	23	24	25	26	27	28
29	30	31	1	2	3	4

cuối tuần

Σαββατοκύριακο

năm
έτος

mưa
βροχή
cầu vồng
ουράνιο τόξο
gió
άνεμος
tuyết
χιόνι
mùa xuân
άνοιξη
mùa hè
καλοκαίρι
mùa thu
φθινόπωρο
mùa đông
χειμώνας

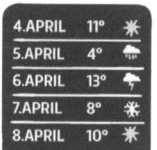

4.APRIL 11°
5.APRIL 4°
6.APRIL 13°
7.APRIL 8°
8.APRIL 10°

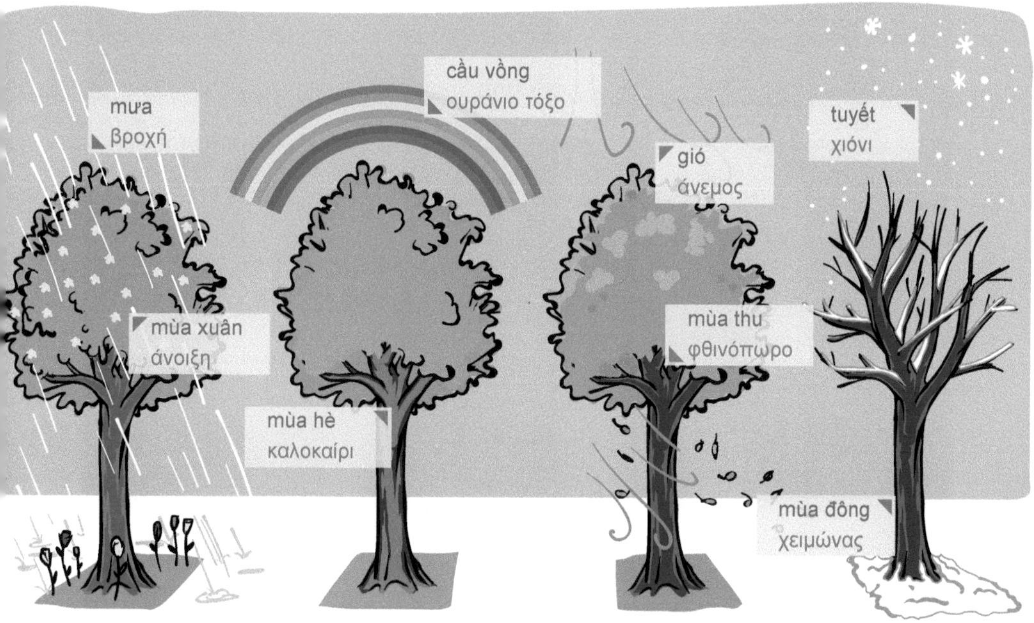

dự báo thời tiết

πρόγνωση καιρού

F
C
120
90
60
30
0
-30
40
30
20
10
0
-10
-20

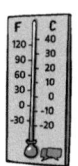

nhiệt kế

θερμόμετρο

ánh nắng

λιακάδα

mây

σύννεφο

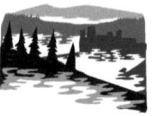

sương mù

ομίχλη

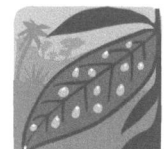

độ ẩm không khí

υγρασία

tia chớp
αστραπή

sấm sét
κεραυνός

cơn bão
καταιγίδα

mưa đá
χαλάζι

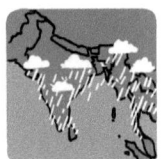

gió mùa
μουσώνας

lũ lụt
πλημμύρα

nước đá
πάγος

tháng Một
Ιανουάριος

tháng Hai
Φεβρουάριος

tháng Ba
Μάρτιος

tháng Tư
Απρίλιος

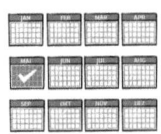

tháng Năm
Μάιος

tháng Sáu
Ιούνιος

tháng Bảy
Ιούλιος

tháng Tám
Αύγουστος

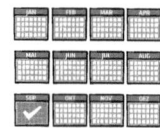

tháng Chín

Σεπτέμβριος

tháng Mười

Οκτώβριος

tháng Mười Một

Νοέμβριος

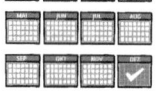

tháng Mười Hai

Δεκέμβριος

hình dạng
σχήματα

hình tròn

κύκλος

hình vuông

τετράγωνο

hình chữ nhật

ορθογώνιο
παραλληλόγραμμο

hình tam giác

τρίγωνο

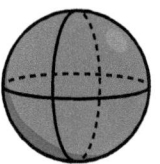

hình cầu

σφαίρα

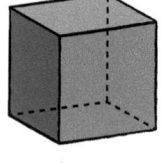

khối vuông

κύβος

màu trắng

άσπρο

màu vàng

κίτρινο

màu cam

πορτοκαλί

màu hồng

ροζ

màu đỏ

κόκκινο

màu tím

μωβ

màu xanh dương

μπλε

màu xanh lá cây

πράσινο

màu nâu

καφέ

màu xám

γκρι

màu đen

μαύρο

nhiều / ít

πολύ / λίγο

tức tối / điềm tĩnh

θυμωμένος / ήρεμος

xinh đẹp / xấu xí

όμορφος / άσχημος

bắt đầu / kết thúc

αρχή / τέλος

to / nhỏ

μεγάλος / μικρός

sáng / tối

φωτεινός / σκοτεινός

anh (em) trai / chị (em) gái

αδελφός / αδελφή

sạch / bẩn

καθαρός / λερωμένος

đủ / thiếu

πλήρης / ατελής

ngày / đêm

ημέρα / νύχτα

chết / sống

νεκρός / ζωντανός

rộng / chật hẹp

φαρδύς / στενός

ăn được / không ăn được

βρώσιμος / μη βρώσιμος

ác / tử tế

κακός / ευγενικός

hào hứng / chán nản

ενθουσιασμένος /
βαριεστημένος

béo / gầy

παχύς / λεπτός

đầu tiên / cuối cùng

πρώτος / τελευταίος

bạn / thù

φίλος / εχθρός

đầy / rỗng

γεμάτος / άδειος

cứng / mềm

σκληρός / μαλακός

nặng / nhẹ

βαρύς / ελαφρύς

đói / khát

πείνα / δίψα

bệnh / khỏe mạnh

άρρωστος / υγιής

bất hợp pháp / hợp pháp

παράνομος / νόμιμος

thông minh / ngu

έξυπνος / χαζός

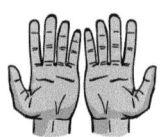

trái / phải

αριστερός / δεξιός

gần / xa

κοντινός / μακρινός

đối lập - αντίθετα

mới / cũ

καινούριος / μεταχειρισμένος

không có gì cả / có cái gì đó

τίποτα / κάτι

già / trẻ

γέρος | νέος

bật / tắc

αναμμένος / σβηστός

mở / đóng

ανοιχτός / κλειστός

im lặng / ồn ào

χαμηλόφωνος / μεγαλόφωνος

giàu / nghèo

πλούσιος / φτωχός

đúng / sai

σωστός / λανθασμένος

sần sùi / mịn màng

τραχύς / λείος

buồn / vui

λυπημένος / χαρούμενος

ngắn / dài

κοντός / μακρύς

chậm / nhanh

αργός / γρήγορος

ẩm ướt / khô ráo

υγρός / στεγνός

ấm áp / mát mẻ

ζεστός / δροσερός

chiến tranh / hòa bình

πόλεμος / ειρήνη

đối lập - αντίθετα

0	**1**	**2**
số không	một	hai
μηδέν	ένα	δύο

3	**4**	**5**
ba	bốn	năm
τρία	τέσσερα	πέντε

6	**7**	**8**
sáu	bảy	tám
έξι	εφτά	οκτώ

9	**10**	**11**
chín	mười	mười một
εννιά	δέκα	έντεκα

12

mười hai

δώδεκα

13

mười ba

δεκατρία

14

mười bốn

δεκατέσσερα

15

mười lăm

δεκαπέντε

16

mười sáu

δεκαέξι

17

mười bảy

δεκαεφτά

18

mười tám

δεκαοκτώ

19

mười chín

δεκαεννέα

20

hai mươi

είκοσι

100

một trăm

εκατό

1.000

một ngàn

χίλια

1.000.000

một triệu

εκατομμύριο

tiếng Anh

Αγγλικά

tiếng Anh Mỹ

Αμερικάνικα Αγγλικά

tiếng Quan Thoại

Μανδαρίνικα Κινέζικα

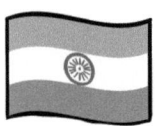

tiếng Hin-di

Χίντι

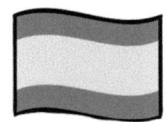

tiếng Tây Ban Nha

Ισπανικά

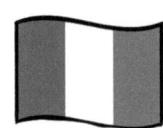

tiếng Pháp

Γαλλικά

tiếng Ả-rập

Αραβικά

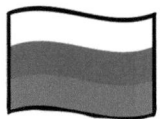

tiếng Nga

Ρώσικα

tiếng Bồ Đào Nha

Πορτογαλικά

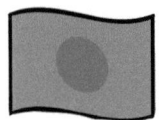

tiếng Bengal

Μπενγκάλι

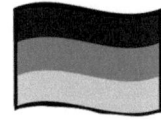

tiếng Đức

Γερμανικά

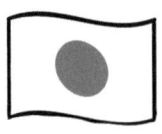

tiếng Nhật

Ιαπωνικά

tôi

εγώ

bạn

εσύ

anh ta / cô ta / nó

αυτός / αυτή / αυτό

chúng tôi

εμείς

các bạn

εσείς

họ

αυτοί / αυτές / αυτά

ai?

ποιος / ποια / ποιο;

cái gì?

τι;

như thế nào?

πώς;

ở đâu?

πού;

lúc nào?

πότε;

tên

όνομα

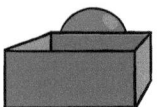

phía sau

πίσω

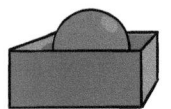

ở trong

μέσα

phía trước

μπροστά

phía trên

πάνω από

ở trên

πάνω

ở dưới

κάτω

bên cạnh

δίπλα

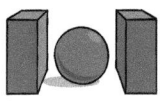

ở giữa

ανάμεσα

chỗ

μέρος